दुसरा सामना

सतीश आळेकर यांचे प्रकाशित साहित्य

नाटक

अतिरेकी

एक दिवस मठाकडे / ठकीशी संवाद

दुसरा सामना

पिढीजात / मिकी आणि मेमसाहेब

बेगम बर्वे

महानिर्वाण

महापूर

शनिवार रविवार

एकांकिका

झुलता पूल आणि इतर एकांकिका

आधारित एकांकिका

आठवणी

गगनिका

दुसरा सामना

सतीश आळेकर

पॉप्युलर प्रकाशन, मुंबई

दुसरा सामना
(म - १३५१)
पॉप्युलर प्रकाशन
ISBN 978-81-956093-1-4

DUSARA SAMANA
(Marathi : Play)
Satish Alekar

कृष्णा, २ रा मजला, पत्रकारनगर
पुणे ४११ ०१६
mikinalekar@hotmail.com
satish.alekar@gmail.com

पहिली आवृत्ती : १९८९
नीलकंठ प्रकाशन, पुणे
दुसरी आवृत्ती : २०२२ / १९४४

मुखपृष्ठ : शेखर गोडबोले, राजू देशपांडे

मुद्रितशोधन : मिलिंद बोरकर, पुणे

प्रकाशक
हर्ष भटकळ
पॉप्युलर प्रकाशन प्रा. लि.
३०१, महालक्ष्मी चेंबर्स
२२, भुलाभाई देसाई रोड
मुंबई ४०० ०२६

अक्षरजुळणी
मुग्धा दांडेकर
थ्रीडी ग्राफिक्स, पुणे

प्रिय अनितास...

– सतीश

'दुसरा सामना' या नाटकाचा पहिला प्रयोग २ मार्च १९८९ सकाळी ११ वाजता शिवाजी मंदिर, मुंबई येथे सादर झाला.

दिग्दर्शक	वामन केंद्रे
नाट्यसंस्था	कलावैभव, मुंबई
निर्माती	सौ. माधवी तोंडवळकर
सूत्रधार	मोहन तोंडवळकर
नेपथ्य	रघुवीर तळाशीलकर
प्रकाश योजना	सिराजखान
पार्श्वसंगीत	देवदत्त साबळे
ध्वनिसंयोजन	विनोद कुलकर्णी
निर्मिती व्यवस्था	सखाराम म्हात्रे, मनोहर भोगले

भूमिका

अजित पेंडसे	विक्रम गोखले
सुरेशभाऊ	विनय आपटे
डॉ. राधा परांजपे	इला भाटे
यशवंतराव परांजपे	शशिकांत कारेकर
मॅजिस्ट्रेट इंगळे	सुरेश गावडे
सदाशिव	सयाजी शिंदे
प्राचार्य । खासदार	बाजीराव पोपळकर
आर. टी. ओ.	विनोद कुलकर्णी
अभय ममदापूरकर	सचिन खेडेकर

अंक पहिला

प्रवेश पहिला

[पडदा वर गेल्यावर एक सुखवस्तू दिवाणखाना दिसतो. मोजक्या वस्तूंमधून सुखवस्तूपणा व्यक्त व्हावा. एक उंच पाठीची एक्झिक्युटिव्ह चेअर हवी. पाठीमागे टांगलेले दोन फोटो- एक कैलासवासी सहकारसम्राटाचा, तर दुसरा दिवंगत स्वातंत्र्यसैनिकाचा. मोठी खुर्ची सध्या रिकामी. समोर टेबल. पडदा न दिसेल असा टी. व्ही. ठेवलेला. बाजूच्या खुर्चीवर शहरी वाटेल असा २५-२६ वयाचा तरुण वाट बघत बसला आहे. समोर काजूची बशी. बिअरचा रिकामा ग्लास. तरुण अस्वस्थपणे न्यूजवीक अथवा इंडिया टुडेचे अंक चाळतो आहे. आतून गडी वाटेल असा ग्रामीण पोषाख घाललेला तरुण येत म्हणतो-]

गडी : (बिअरचा रिकामा ग्लास उचलत) बिअर आनतो थोडी..

तरुण : (तंद्रीतून जागा होत) आँ! नाही.. नको.... मला तशी सवय नाही अजून! नेहमी, विशेषतः दिवसा तर घेतच नाही मी. डोकं दुखतं हो, दिवस फुकट जातो. आणि आता तुम्ही हसाल..... पण जास्त घेतली तर जीभ जड होते माझी. तेव्हा नको...

गडी : कमाल झाली तुमची! आता तुम्ही पेपरात लिहिता ना?

तरुण : नाही.... म्हणजे... हो! तसा मधून-मधून लेख लिहितो वर्तमानपत्रात.

गडी : म्हणजे तुम्ही पेपरवाले!

तरुण : हो... म्हणाल तर तसा मी पेपरवाला.

गडी : मग पेपरवाले असून तुम्ही पीत नाही?

तरुण : (गोंधळून) तुमचा काही तरी गैरसमज झालेला दिसतोय. मी तुम्ही समजता तसा बातमीदार नाही. वर्तमानपत्राशी, सक्रिय राजकारणाशी किंवा शेतकरी संघटनेशी माझा कसलाही संबंध नाही. माझा पेपरशी

संबंध म्हणजे हॅ... हॅ... फक्त वाचण्यापुरता. काय? मी आपला साधा... त्याला काय म्हणतात मराठीत... एक संशोधन करणारा विद्यार्थी... त्यालाच आम्ही...

गडी : रिसर्च स्कॉलर म्हणतो, अं? आय् नो... आय नो-

तरुण : (खजील होत) बरोबर! तशी माझी मूळची डिग्री पोलिटिकल सायन्सची. मग... मी जर्नालिझमची डिग्री घेतली. आता तर परत पोलिटिकल सायन्समध्ये यू. जी. सी. फेलोशिपवर पीएच्. डी. करतोय. म्हणजे....

गडी : म्हणजी, तुम्हाला पदव्युत्तर संशोधनामध्ये इंटरेस्ट आहे.

तरुण : हे.... सगळं तुम्हाला कसं माहीत?

गडी : सवयीनं हो. माहिती कसली आलीय डोंबलाची! हे बघा, इथं सारखी माणसं हो! जिल्ह्याचं ठिकाण पडतं. परत आमच्या ह्या भागात सहकारी साखर कारखाने चिक्कार. पुन्हा आमच्या सुरेशभाऊंचा स्वभाव तुम्हाला सांगतो... सारखी माणसं हवीत हो! त्येंना कुनाला नाही म्हनताच येत नाही. शिवाय दोस्त कंपनी मजबूत. त्येनंच पंचाईत व्हती सगळी. कुनी संशोधनाला येतं, कुनाला रूरल कन्झुमर मार्केटचा सर्व्हे करायचा असतो. काय करणार हो? आपल्या त्या- ह्या ॲड कंपनीचा डायरेक्टर सुरेशभाऊंचा दोस्त! झालं तर परवा प्लॅनिंग कमिशनचे लोक आलते. मधी एकदा बी. बी. सी. चॅनल फोरचे लोक डॉक्युमेंटरीसाठी येऊन गेले. सगळ्यांना या भागातल्या सहकार चळवळींनी झपाटलंय! आता तुमच्या भाषेत सांगायचं तर, महाराष्ट्रातील सहकारी चळवळीचा मागोवा घेन्यासाठी ह्या ठिकाणी सर्वांची गर्दी! आता आपण बोलायचं नाही; पण शुगर मार्केट खरं तर इथूनच कंट्रोल होतं... ऑनचे भाव इथूनच फुटतात... त्यामुळे माणसं चिक्कार.

तरुण : कधी यायचे सुरेशभाऊ? आता चांगले दोन-अडीच तास झाले की वाट बघून!

गडी : आय ॲम सॉरी साहेब. तकलीफ पडली तुम्हाला. आता तुम्हाला अपॉइन्टमेंट दिली होती; पण इथली कामंच अशी पडली बघा... आता येत्यालच की ओ ते! तोवर तुमी बिअर घेता? अंऽ घ्या थोडी... अहो, संशोधनाच्या कामाला आले तुम्ही! जरा निवांत होऊ द्यावं की काम! काय म्हणतो मी, तर थोडी विश्रांती घ्या आमच्या गेस्ट हाऊसवर... काम कुठं जातंय... हायच की उद्यापासनं!

तरुण : हे बघा, मला नको... तुम्ही आग्रह नका करू हो! छेऽ

गडी : आँ! असं कसं म्हणता साहेब? आसं म्हणून नाय चालत. अहो, सुरेशभाऊ रागावतील ना! त्ये म्हनतील, आता हे एवढे साहेब आले नि तू त्यांना साधी बिअर पन नाही दिलीस? तवा आमचं जरा ऐका! अंऽऽ बिअर घ्या! बिअर आपली बरी पडती. म्हंजी चढली म्हटली तर चढती; अन् नाय चढत म्हटलं, तर आपलं मुतून मोकळं झालं! काय? आता तुम्हाला चालतच नसंल तर आमचा विलाज नाही. बरं! मग काजू घेता?...घ्या... काजू घ्या.

तरुण : ठीक आहे, काजू घेतो.

(तरुण काजू तोंडात टाकतो. अस्वस्थ. गडी त्या तरुणाची गंमत न्याहाळत त्याला खेळवीत असतो.)

गडी : आज छायागीतचा दिवस, नाय हो?

तरुण : काय?

गडी : आज छायागीतचा दिवस.

तरुण : हो... म्हणजे, असेल.

गडी : तुम्ही पाहात नाही?

तरुण : तसा पाहातो, क्वचित. पण तसली गाणी...

गडी : आवडत नाहीत. बघा, म्हंजी पिकतं तिथं विकत नाही. जिथं टी. व्ही. चांगला दिसतोय तिथं कार्यक्रम आवडत नाहीत. आमच्या इथं टी. व्ही. दिसण्याची बोंब! बूस्टर उंच करून टी. व्ही. टॉवर व्हायची वेळ आली. पूर्वी सगळे दिल्लीचे कार्यक्रम दिसायचे. हल्ली तुमच्या मुंबईचे दिसायला लागलेत. आपण ह्या छायागीतावर खूष. पण इथे सारखा व्यत्यय. समजा कधी दिसलाच कार्यक्रम चांगला, तर एम. एस. ई. बी.ची वीज मारून ठेवती. आता व्हिडिओ आलेत म्हणून बरंय, नाही तर बोंबच होती.

तरुण : वा! इथे आहेत वाटतं व्हिडिओ?

गडी : तर! परवाच 'आखरी रास्ता' बघितला.

तरुण : (इकडे-तिकडे बघत) हा फोटो कुणाचा?

गडी : वा भलेऽऽ! खूब भेटले तुम्ही! ह्येन्ला वोळखीत नाही तुम्ही रिसर्च स्कॉलर?

तरुण : नाही. कधी बघितलेलं आठवत नाही. ह्या भागात प्रथमच आलो.

गडी : तुम्हाला ह्ये खरंच माहीत नाहीत? नाही, नसले माहीत तर, माहीत

नाही आसं बोलू तरी नका. आजाबात बोलू नका. ह्या भागात जर तुम्ही आसं बोलला ना, तर लोक खुळं म्हनतील तुम्हाला, खुळं! काय समजला रिसर्च स्कॉलर?

तरुण : सॉरी, म्हणजे कधी....

गडी : आसं बघा- तुम्हाला आमचे अण्णा माहीत असतील, आमचे अण्णासाहेब.

तरुण : वा! चेष्टा करताय काय? अहो, अण्णासाहेबांना कोण ओळखणार नाही? खासदारसाहेबांचं नाव सगळ्या जिल्ह्यात आहे. शिवाय अण्णासाहेब म्हणजे आपल्या सुरेशभाऊंचे वडील.

गडी : बरोब्बर. आता हा फोटू बघा- अन्नांचे आन्ना. आपल्या अण्णासाहेबांचे वडील. थोरले अन्ना आहे का! हो ऽऽ सहकारमहर्षी... आँ... येतंय का... कै. हिंदुराव धोंडो पाटील.

तरुण : (खजील होत) अरे, खरंच की! हे आपल्या खासदारसाहेबांचे वडील. सुरेशभाऊंचे आजोबा. सहकारी साखर कारखान्याची सुरुवात ह्यांनीच केली.

गडी : आवो, नुसती सुरुवात काय केली म्हंता; आख्ख्या ग्रामीण भागात सहकारी चळवळीचा त्यांनी पाया घातला, पाया. होऽ आमच्या हिंदुरावांनी. आम्ही त्यांना थोरले आन्ना म्हनायचो. त्यांनी या भागासाठी काय केलं नाही ते इचारा! ह्या रेताड तालुक्यात नंदनवन उभं केलं ह्या मानसानं. (फोटोकडे पाहात) हिंदुराव धोंडे पाटील... हो, फार अगदी अलौकिक दूरदृष्टीचा महर्षी! ही वॉज अ डेफिनेशन ऑफ रूरल डेव्हलपमेंट...

तरुण : माफ करा... पण आता खासदार म्हणून अण्णासाहेबांचं नाव असतं सगळीकडे, त्यामुळे हिंदुरावांचा फोटो असल्याचं लक्षातच आलं नाही.

गडी : काही म्हणून करायचं ठेवलं नाही बघा ह्या भागात. शाळा हैत, अगदी पब्लिक स्कूल! मुलींचं होस्टेल, पोल्ट्री झाली, सहकारी बँक आहे. कागद कारखाना आहे. इंजिनिअरिंग कालेज काढलंय नुकतंच. परवा विनाअनुदान तत्त्वावर काढलेल्या खाजगी इंजिनिअरिंग कालेजची मान्यता सरकारने काढून घेतली; पण आमच्या कालेजला हात नाही लावला. कारण आमी स्टँडर्ड मेन्टेन केलंय! शिवाय कारखाना सदैव मुख्यमंत्र्यांच्या गटात राहिलाय; मग कुनी का सी. एम्. आसू द्यात!

जो होईल, त्येला आमचा पाठिंबा. त्येच्या मागे उभं राहायचं. त्याला आपलं मानायचं. निसर्ग तरी कसा आसतोय बघा. ही सहकारी चळवळ सगळी रक्तातच हो! जसे थोरले आन्ना, अगदी तसेच आमचे खासदार अन्ना! पुन्हा त्यांच्याच पावलावर पाऊल ठेवणारे तसेच आमचे सुरेशभाऊ! आमच्या सहकारी साखर कारखान्याच्या गेल्या तीस-पस्तीस वर्षांच्या काळात फक्त एकदाच बरं का... एकदाच विरुद्ध पार्टीचं प्यानल लागलं... म्हणजे किसनरावाचं! किसनराव त्या वेळी फार जोरात! हो! त्याचा बाप डाव्या गटातला म्हणून बापानी त्याला धाडला मॉस्कोला पॅट्रीस लुमुंबा विद्यापीठात! तेथून शिकून आला किसनराव अन् थेट पडला की कारखान्याच्या राजकारणात! हुषार गडी. तुम्हाला सांगतो.. पुन्हा आमचे खासदारसाहेब आणि किसनराव जानी दोस्त. पन् राहिले की उभे विरोधात. किसनरावानं आनलं आपलं प्यानल निवडून! म्हणजी झालं काय, सांगतो. तर, आमच्या खासदारसाहेबांना भाषणाचा कंटाळा, तर किसनराव बोलायला हुषार! आमच्या थोरल्या अण्णांचं वय झालेलं. (फोटो दर्शवीत) पार ऐंशीच्या घरात गडी पोचलेला. ॲडमिट व्हते पुण्याच्या हॉस्पिटलात. कारखान्याच्या निवडणुकीच्या येळी डॉक्टर काही सोडीनात त्येनूला प्रचाराला. हिंदुरावांच्या गैरहजेरीत किसनरावाचं प्यॉनल लागलं. आमचे अण्णा सपशेल आपटले हो!

तरुण : मग?

गडी : मग काय महाराजा! थोरल्या अन्नांचं डोस्कं! त्ये काय स्वस्थ बसतंय काय! किसनराव जिंकल्याचं शेवटी धीर करून खासदारांनी इस्पितळात जाऊन सांगितलं! थोरले अण्णा शांत. इतकंच म्हणाले, शी. एम्. साहेबांना जोडून द्या! इतक्यात प्रत्यक्ष किसनरावच इस्पितळात हजर. पाया पडले हो आमच्या थोरल्या अण्णांच्या! मग आमच्या खासदारांना भेटले. लहानपणापासूनचा दोस्त आपल्या विरुद्ध उभा राहिला, म्हणून पाणी आलं हो दोघांच्या डोळ्याला. थोरले अण्णा म्हणाले, ''किसनराव आसू द्यात, बाकीचे बाहेर जा!'' किसनरावला थोरले अण्णा म्हणाले, ''हे बघ, हुषार हैस, पन् कारखान्याच्या डबक्यात अडकू नकोस. आपला माणूस मुंबईत हवा. माझं ऐक. पार्टी नेहमी सत्तेवरची असू देत! तुझी मतं काही का आसंना! तीच पार्टीत शिरून अल्लद मांड! विरोधी पक्षात गेलास

तर भुंकून-भुंकून मरशील. आपल्या गरीब शेतकऱ्याची कामं झाली पाहिजेत. आपला भाग सुधारला पाहिजे. आम्ही आता चाललो. आमची इच्छा इतकीच की, तू मंत्री झाला पाहिजेस. मी सी. एम्. शी बोलतो. तू तुझ्या प्यॉनलला समजाव. कारखान्याचा चेअरमन अण्णाच होईल. काय?'' किसनराव गप्प. पाणी तराळलं हो डोळ्यांत! फोन वाजला तशी थोरले अण्णा सी. एम्.शी बोलले. पुढे वर्षभरात किसनरावला नॉमिनेट केला विधान परिषदेत! पुढे केला मग राज्यमंत्री! पण गम्मत म्हंजी, आजतागायत किसनराव कॅबिनेटमधी काय कधी गेला नाही, कायम राज्यमंत्रीच राहिले! मग.... साहेब, बिअर आणू थोडी?

तरुण : नाही, नको. पण मला सांगा, आताचा हा प्रसंग खूप जुना. तुमचं वय तर लहान दिसतंय. तुम्हाला सगळं संवादासकट कसं माहीत...?

गडी : (हसतो) वा! अवो, हा धडा आहे!

तरुण : धडा?

गडी : तर! अवो, आमच्या हिंदुरावांचं चरित्र नाही का? त्यातले उतारे घेऊन धडे केलेत. ह्या शाळंतल्या पोरांना हे तोंडपाठ असतंय. आत्ता सांगितलेला प्रसंग घेतला होता तो धडा म्हंजी- बघा हां, 'काळ आला होता पण-!'

तरुण : तुम्ही किती दिवस काम करता इथे?

गडी : (खो खो हसत) मी... मी... किती दिवस काम करतो? तसा बघा, मी जन्मापासनं इथलाच! होऽऽ आता इथं आहे. नेहमी वस्तीवर असतो शेतीच्या! शेती फार वाढवली बघा खासदारसाहेबांनी. आता शेतकी विद्यापीठ जवळच असल्यानं लेटेस्ट ॲग्रिकल्चरल् नो-हाऊला तोटा नाही.

तरुण : चांगले शिकलेले दिसताय?

गडी : ह्या भागात न शिकलेला माणूस सापडणं जरा कठीणच! झालंय काय, तुम्हाला सांगतो. इथली शाळा अन् कारखाना बरोबरच सुरू झाले. जवा कारखाना काढला, त्या वेळी मुक्कामाला आपले कर्मवीर पाटील आले. हिंदुराव अन् कर्मवीरांच्या झाल्या गप्पा सुरू. कर्मवीर म्हणाले, ''अरे, शाळा सगळेच काढतील, पन दलितातील दलित म्हणजे स्त्री! ती शिकली पाहिजे. तू स्त्री शिक्षणाची सोय कर. तुझ्या शाळेत मुलांचे होस्टेल नसलं तरी चालेल, पण मुलींचं वसतिगृह

निघालंच पाहिजे!'' घरच्या स्त्रीला लिहिता-वाचता आलं पाहिजे, म्हणजे तिची मुलं आपोआप शिकणारच- असा सल्ला हिंदुरावांनी मानला आणि आमचं सावित्रीबाई वसतिगृह उभं राहिलं. बाकीच्या सगळ्या कारखान्यांत शाळा निघाल्या पन शाळंबरोबर मुलींचं वसतिगृह सुरू करण्याचा मान आमचाच. वाचा धडा- 'असे कर्मवीर अन् असे थोरले अण्णा!' इथं सगळ्यांना हे धडे पाठ असतात.

तरुण : वा! कमाल आहे! म्हणजे डॉक्युमेंटेशनचं भान उत्तम आहे सगळ्यांना इथे! चरित्र, धडे, कविता...

गडी : हे सगळं आम्ही दिल्लीवरून उचललंय बघा. नुसत्या धड्यानं नाय भागत. स्वतः आमच्या हिन्दुराव पाटलांच्या आवाजात कारखान्याचा इतिहास टेप केलाय. कॅसेट लावू? दर वर्षी हिन्दुरावांच्या पुण्यतिथीला ही कॅसेट त्यांच्या समाधीवर पुष्पचक्र अर्पण करताना लावतात. आता तुम्हाला पण जावं लागंलच दर्शनाला!

तरुण : कुठे? कुणाच्या?

गडी : कारखान्यावर गेल्यावर प्रथम मंडळी थोरले आन्नांच्या समाधीवर पुष्पचक्र वाहातात. मग कारखान्यात. दिल्लीत कसं- आधी राजघाट, मग शांतिवन आणि संजय गांधीच्या समाधीला बायपास करून इंदिराजींचं 'शक्तिस्थल!' हो, म्हंजी कुनी आला की वट्टात बघा, तीन तरी पुष्पचक्रं लागतातच. है का नाय एकदम प्रोफेशनल? आता गंमत सांगतो. ह्या भागात फुलांचे हार घालण्याची सवय हो. इथल्या फुलवाल्याला सुरुवातीला पुष्पचक्र करणं झाट जमंना बघा! दिल्लीचं ठीक आहे म्हणतो मी! आयलाऽऽ किती नाही तरी १९४८ सालापासूनची एक परंपरा आहे पुष्पचक्राला. फुलांचा गोल म्हंजी कसबी काम! बरोब्बर गोल जमला पाहिजे. फुलांचा गोल जमंना म्हून मग खासदारसाहेबांनी इथल्या फुलवाल्याला राजघाटावर ट्रेनिंगला धाडलं! होऽऽ खूप चिडले. म्हणाले, 'भोसडीच्या, दिल्लीला जाऊन बघून ये! तुला साधा फुलांचा गोल करता येईना! हार करतंय नुसतं! भडव्याऽ जरा काळाबरोबर फुलायला शीक!' (हसतो.)

[गडी आता हसत टी. व्ही. जवळ पोचलेला]

आयलाऽ ह्या टी. व्ही.च्या! बरं का- बूस्टर लावला, एरियल उंच करून टी. व्ही. टॉवर व्हायची वेळ झाली; पन रिसेप्शन काही ह्या भागात नीट पोचत नाही. सारख्या निस्त्या रेघोट्या! नाय तर

आमच्याकडं त्रिपुरी पौर्णिमेला पाण्यावरचे फुलांचे गालिचे हलतात ना, तशी टी. व्ही. वरची मानसं तरंगताना दिसतात. तुमचं बरंय आयला! तुमच्याकडे रिसेप्शन फर्स्ट क्लास. आम्हाला कायम व्हिडिओ! 'बेताब' लावू? नाय तर 'राम तेरी गंगा मैली'...? आँ... एकदम हिट! नाय हो, मंदाकिनीमुळं. काय? तवा ठरवा. रग्गड कॅसेट पडल्यात. हवी ती उचला. म्हंजी नंतर आम्हाला सुरेशभाऊंची बोलणी नकोत.

तरुण : चांगले शिकलेले दिसताय तुम्ही?

गडी : फार नाही. सध्या बी.एस्सी. ॲग्रिकल्चर करतोय. खरे शिकले आमचे भाऊ. एम.ए. फर्स्ट क्लास. मग अहमदाबादचे एम. बी.ए.! खरं तर आय. ए. एस्.च व्हायचे.. पण का नाय झाले, कोण जाणे! तयार गडी. मॅनेजमेंट एक्स्पर्ट अगदी.

तरुण : अरे वा! एवढे शिकून तुम्ही इथे हे असलं काम करता?

गडी : असलं म्हणजे?

तरुण : म्हणजे... असं... इथे...

गडी : म्हणजी, तुम्हाला आसं वाटतंय की, मी जे आता काम करतोय... गप्पा मारतोय, त्याला प्रतिष्ठा.. डिग्निटी वगैरे नाही...?

तरुण : छे! छे! तसं मी कसं म्हणेन? पण मी तुम्हाला दुखावलं असेल तर...

गडी : नाही साहेब. तुम्ही नका मनाला लावून घेऊ. घटकाभर मी इथला गडीच आहे, आसं समजा. आयला, काही अर्थ आहे का टी. व्ही.ला? आयला, आता कॅसेटच लावतो मागच्या छायागीतची...

[गडी कॅसेट सुरू करतो. हिन्दी सिनेमातील गाणे सुरू होते. तेवढ्यात बाहेर कुत्रे भुंकते. गडी गाणं बघण्यात मग्न. परत कुत्रे भुंकते. गडी दचकून म्हणतो...]

गडी : आयलाऽ सुरेशभाऊ!

[तरुण सावरून बसतो. सुरेशभाऊ प्रवेश करतात. वय २९-३० च्या दरम्यान, बारीक अंगयष्टी. अंगात फेडेड जीन्स. वर हॅण्डलूम शर्ट. बारीक पण छान दाढी- जमल्यास राखलेली- सावळे व्यक्तिमत्त्व. असल्यास बारीक काडीचा चष्मा. भाषेत विलक्षण जरब. चेहऱ्यावर जबरदस्त आत्मविश्वास. बोलण्यात ग्रामीण मराठी आणि अस्खलित इंग्रजी यांचे मजेदार मिश्रण. ब्राह्मणी मराठी मात्र बोलणे नाही. एकूणच बोलणे कमी. शोध घेणारे डोळे.]

सुरेशभाऊ : (गड्यास) फोन आलता काय कुनाचा?

गडी : डी. एस. पी. साहेबांचा येऊन गेला.

सुरेशभाऊ : तो येऊं दे..... परांजपेसाहेबांकडचा काही निरोप?

गडी : का? भाऊ, राधाताई आज यायच्या व्हत्या अमेरिकेहून? (सुरेश गप्प.) भाऊ... मी म्हटलं, राधाताई आज यायच्या होत्या का...?

सुरेशभाऊ : तू... दिल्लीला कॉल लाव जरा... अण्णा पाहिजेत म्हणावं... काही ठाऊक नाही, पण येईल आज...

गडी : कोण येईल आज म्हणता भाऊ? ...आपले अण्णा?

सुरेशभाऊ : अंऽ नाही... राधा... बाहेर कोण आलेत?

गडी : तसं विशेष महत्त्वाचं कुणी नाही. आपले आर. टी. वो. साहेब आलेत पाहुण्यांना घेऊन. त्यांना बाहेर बसवून ठेवलंय. झालंच तर हे साहेब फार वेळ बसल्येत भाऊ.

सुरेशभाऊ : अरे! आय ॲम व्हेरी सॉरी! आय जस्ट कुड नॉट मेक इट इन टाइम. आपल्याला वेळ असनारच. आता मुक्कामच आहे, तर बोलू या की निवान्त. जरा बसून घ्या बाहेर. आधी आमच्या आर.टी.ओ. साहेबांचं बघून घेतो. (गड्यास) द्या पाठवून.

[गडी अभयला घेऊन बाहेर जातो. स्तब्धता. सुरेश इंग्रजी पेपर्स चाळतो. आर.टी.ओ. आणि त्यांचे एक भेदरलेले पाहुणे प्रवेश करतात.]

बोला साहेब, काय हुकूम?

आर.टी.ओ : हुकूम कसला साहेब, हुकूम आपण करायचा! तसं विशेष काम नाही भाऊ! आमचे पाहुणे आलेत इथे बदलून. कलेक्टर कचेरीत एक्झिक्युटिव्ह मॅजिस्ट्रेट आहेत. म्हटलं, जाऊनच येऊ. तशी त्यांची पोस्ट डेप्युटी कलेक्टरचीच.

मॅजिस्ट्रेट : मी इंगळे, भाऊ! जनार्दन इंगळे. कालच जॉईन झालो. म्हटलं, चार्ज जरी काल घेतला तरी खरा चार्ज ज्यांचा ह्या भागात आहे, त्येंना भेटून यावं. हॅऽऽ हॅं!

सुरेशभाऊ : सहज आलेत घेऊन, का काही प्रॉब्लेम?

आर.टी.ओ. : आता आपण असताना कसला आलाय प्रॉब्लेम भाऊ? मी सांगितलं होतं भाऊ... हे इंगळे भाऊ.... एक्झिक्युटिव्ह मॅजिस्ट्रेट, आमचे पाव्हणे....

सुरेशभाऊ : कामाचं बोला–

इंगळे : तसं फार नाही भाऊ. आपण मनावर घेतलं तर.... म्हणजी बघा, तशी चुकीच झाली आमची–

सुरेशभाऊ : घाबरू नका मॅजिस्ट्रेटसाहेब, नीट सविस्तर सांगा आम्हाला.

इंगळे : झालं काय भाऊ... मी साताऱ्याला होतो. लॅण्डची केस होती. फार मागची, म्हणजी इमर्जन्सीच्या वेळची गोष्ट भाऊ. आता लॅण्डच्या केसमधी गंमत काय असती, तर पार्टी आपल्या माहितीत आसंल तर जरा सोय बघता येती. झालं काय भाऊ, ज्या पार्टीच्या विरुद्ध निकाल गेला, ती पार्टी निघाली मिनिस्टरसाहेबांच्या पाहुण्यात! झाली पंचाईत? निकाल गेला ना विरुद्ध.

सुरेशभाऊ : ते ठीक आहे. कम टु द पॉइन्ट! कामाचं बोला!

इंगळे : पुढं वॉच ठेवून मिनिस्टरच्या माणसानी करप्शनचा आरोप लावला. सहा महिने सस्पेंड होतो. एन्कायरीत पुरावा नाही मिळाला, म्हणून रिइन्स्टेट झालो. आता भाऊ, प्रमोशनला ड्यू आहे मी. चांगलं काम केलं म्हणून स्पेशल कॉन्फिडेन्शियल रिपोर्ट फाईल करायचाय, म्हणजी सीनिऑरिटीचा प्रश्न येणार नाही.

आर.टी.ओ : आता भाऊ, ह्यांचं सगळं रेकॉर्ड कलेक्टरकडे आसतं. आपली आणि कलेक्टरसाहेबांची दोस्ती जगजाहीर आहे. आपण फक्त इंगळ्यांबद्दल कलेक्टरसाहेबांकडे शब्द टाकायचा भाऊ. ही बघा ह्यांची रिप्रेझेंटेशनची कॉपी ...

इंगळे : मग येऊ भाऊ आम्ही? (उठू लागतात.)

सुरेशभाऊ : एक मिनिट... (फोन फिरवतात.)

[सुरेशभाऊ फोन फिरवतात. पलीकडून फोनवर आवाज ऐकू येतो. शक्य झाल्यास पलीकडची व्यक्ती 'क्लोज अप'मध्ये दिसेल तशी कुठे तरी दिसावी. बोलणारी व्यक्ती रुबाबदार. साठीची आहे.]

यशवंतराव : (फोनवर) हॅलोऽ मी यशवंतराव बोलतोय!

सुरेशभाऊ : हॅलो! मी, सुरेश!

यशवंतराव : बोला भाऊ? काय काम काढलंय?

सुरेशभाऊ : इंगळे म्हणून आलेत, आपले नवे मॅजिस्ट्रेट! काम होतं त्यांचं. मी नंतर फोन करतोच, पण एकदा बोलून घ्या तुमी.

यशवंतराव : बरं, मी पाहातो. काम कुणाकडे आहे?

सुरेशभाऊ : कलेक्टरसाहेबांकडे पपा!

यशवंतराव : बरं-बरं! पाहातो मी. द्या पाठवून.

सुरेशभाऊ : बरं, पपा... मग ठेवू मी फोन?

यशवंतराव : अरे, एक मिनिट- तुला सांगीन म्हणत होतो... राधा येतीय उद्या.

सुरेशभाऊ : कमाल झाली! राधा येतीय? पपा, तुम्ही बोलला नाही. आपण गाडी पाठविली असती एअरपोर्टवर.

यशवंतराव : तुला माहीत नव्हतं? मला वाटलं, कलेक्टरसाहेब बोलले असतील. त्याला मी सांगितलं होतं निरोप द्यायला. तो जायचाच होता मीटिंगला. म्हटलं, येताना तिला घेऊन ये. माझ्या म्हातारपणाची काठी ती. मला अजून प्रवासाची परवानगी डॉक्टर देत नाहीत. ये उद्या मग. राधाला बरं वाटेल. आता पोचल्यावर फोन करेलच ती! ठेवतो मग!

[प्रकाश पूर्ववत्. यशवंतराव काळोखात. सुरेशभाऊंचे घर प्रकाशात. सुरेशभाऊ विचारमग्न. शांतता.]

इंगळे : हे यशवंतराव परांजपे म्हणजे, साखर कारखान्याचे मॅनेजिंग डायरेक्टर ना?

(सुरेशभाऊ विचारमग्न, उत्तर देत नाहीत. मग आर.टी.ओ. म्हणतात.)

आर.टी.ओ. : होय की! अन् राधा त्यांची एकुलती एक मुलगी. अमेरिकेत होती. आता येणार दिसतीय, नाही भाऊ?

सुरेशभाऊ : (एकदम) लोकांची अजून तक्रार आहे साहेब. कारखान्याच्या टाऊनशिपमधी जे लोक राहातात, त्यांचा प्रॉब्लेम आहे. त्यांना त्यांच्या स्कूटरी अन् मोटारींचा टॅक्स आणि रजिस्ट्रेशनसाठी इथं इतक्या लांब यावं लागतं. त्यांच्यासाठी आर. टी. ओ. ऑफिसचं एक काउंटर कारखान्यात हवंय. जमंल का?

आर.टी.ओ. : तसं म्हणजे... तशी पद्धत नाही... मुंबईची परमिशन लागेल... शिवाय...

सुरेशभाऊ : तुमच्या ऑफिसचे कर्मचारी आठवड्यातून दोन वेळा म्हणा, एक वेळ म्हणा- येऊन कारखान्यात बसतील. त्यांची सगळी वेवस्था कारखाना बघेल. इन शॉर्ट, हजारो लोकांचा लायसन्स, स्कूटर टॅक्ससाठी कारखान्यापासून इथपर्यंत जाण्या-येण्याचा त्रास वाचंल. कारण झालंय काय, तुम्हाला सांगतो- वेतनवाढीमुळं आमच्या कामगाराकडे आज पैसे आहेत. त्यामुळे प्रत्येक जण मोपेड घेतोय आणि रजा टाकून लायसन्ससाठी पळतोय. त्यांची सोय आपण बघू.... काय? आमच्या एम्. डी. साहेबांशी बोलून काय ते ठरवून

टाका.

आर.टी.ओ. : ते करू आपण. आपण आमच्या लोकांचं सगळं बघा, म्हणजी झालं भाऊ.

सुरेशभाऊ : सगळं बघा. म्हणजी काय बघा? बोला... कम् टू द पॉइन्ट. तुमची येणारी माणसं चार. जेवणाची सोय आसतीच कारखान्याच्या गेस्ट हाऊसवर. आणि काय बोला... संकोच वाटत असेल तर एम्. डी. साहेबांशी बोला... पण महिन्याचं बोला! काय... वाहनामागं नकोत. मला कारणं नकोत, कामं व्हायला पाहिजेत. काय? इंगळे तुमचे पाहुणे. त्यांचे आम्ही बघू! या आता!

आर.टी.ओ. : भाऊ, फक्त सचिवालयात एकदा सेक्रेटरीच्या कानावर घाला, म्हणजी सगळं ऑथराइज्ड होऊन जाईल बघा.

सुरेशभाऊ : आयलाऽऽ आसं आहे का? म्हणजी पुन्हा परमिशनचं आम्हीच बघायचं.

आर.टी.ओ. : मी तरी काय करू भाऊ? नियमच तसे आहेत.

सुरेशभाऊ : नियम तर असणारच साहेब! पुन्हा हा तुमचा लेखी नियम! तुमच्या-आमच्यासारख्यातला न लिहिलेला तोंडी वायदा नाही. म्हणजे तुम्ही मागावं, आम्ही द्यावं.. तुम्ही आमचं काम करावं. काय?

(दोघे जण ओशाळवाणे हसतात.)

का ओ आर. टी. ओ. साहेब, एवढं नियम करतं सरकार; मग पैसे व्यवस्थीशीर खाण्याचाच नियम का नाही करत? आयलाऽ तुम्ही मोकळे, आम्ही मोकळे! तुमचं बरंय. काम न करण्याचा पगार आणि काम होण्यासाठी वरकमाई. आता साहेब, तुमच्याबद्दल आमचं काही म्हणणं नाही. नाही तर तुम्ही म्हणताल, भाऊ आरोप करतात म्हणून! मला तसलं अजिबात म्हणायचं नाही. आपल्याला काय, काम व्हायला पाहिजे. ते कसं करून घ्यायचं, हा राजीखुषीचा मामला. एखादाच खैरनार निघतो मुंबईत. पण त्यालादेखील पिस्तुलाचं लायसन लागतं. आता तुम्हाला नसंल लागत लायसन... का घेतलंय तुम्ही...?

आर.टी.ओ. : नाही भाऊ, तुमच्या राज्यात पिस्तुलाची लायसन्स कशाला? आपण काम करणारी माणसं. सगळा राजीखुषीचा मामला.

सुरेशभाऊ : करेक्ट बोलले तुम्ही! आपल्याला कामाशी मतलब. कसं आसतंय बघा... पैसे खाणारा वाईट, देणारा चांगला. तो गावभर बोंबलत

फिरणार. हे वाईट. तुझं काम झालं ना भडव्या? अरे, मग गप्प बैस! दारू पिताना गावभर चर्चा कशाची? साहेब, राग मानू नका हं! मी तुमच्या खात्याबद्दल बोलत नाही. गैरसमज नको. आपला सरळ मामला. काम व्हायला पाहिजे. काय मॅजिस्ट्रेट इंगळेसाहेब, न्यायदानाला गावात सुरुवात केली की नाही?

मॅजिस्ट्रेट : ती करू साहेब आपण! पण तुम्ही आम्हाला कलेक्टरसाहेबांकडून न्याय मिळवून द्या, म्हणजे झालं भाऊ!

सुरेशभाऊ : बघतो मी! तेवढं उद्या-परवा आमच्या यशवंतराव परांजपेंना भेटून घ्या. बघा काय म्हणतात. मोठा मुरब्बी माणूस! आमच्या अण्णांचा मित्र! अंऽऽ या मग आता.

[दोघे जातात. अभय प्रवेश करतो. सुरेश विचारमग्न.]

सुरेशभाऊ : सॉरी टू कीप यू वेटिंग.... च्...? काय नाव काय म्हणाला-

अभय : अभय ममदापूरकर.

सुरेशभाऊ : अभय... करेक्ट...! बोला, काय काम काढलं?

अभय : सुरेशभाऊ.... तुम्ही...

सुरेशभाऊ : हो, मीच की! का?

अभय : मला वाटलं... पण... हा पोषाख...

सुरेशभाऊ : (हसत) अच्छा! तुमची निराशा झाली. तुम्हाला वाटलं- खासदाराचा पोरगा, त्यातून खेडेगावच्या खासदाराचा पोरगा- म्हणजी काळंकुट्ट, तंबाखू चोळणारा, पायजमा-शर्टातला एखादा अडाणी माणूस आसंल. सॉरी टू डिस्अपॉइन्ट यू! सो, हियर आय एम्! मग बोला...

अभय : एका सहकारी साखर कारखान्यामुळे ह्या भागात इतका बदल म्हणजे....

सुरेशभाऊ : त्याचं आहे साहेब, इथं इंग्लिश मीडियम हायस्कूल निघून आता पंचवीस वर्षे होऊन गेलीत. हायस्कूल आमच्या आज्यानं काढलं. मागच्या पिढीनं थोड्या स्वार्थी ध्येयवादाच्या दृष्टीनं न शिकता इन्स्टिंक्ट बरंच केलं! फक्त त्यांच्या इथल्या ग्रामीण कृतीला मुंबईचं नाय, तर दिल्लीचं सॅन्क्शन मिळालं नि देव पावला. आम्ही हेच साहेब, जास्त प्रोफेशनली करतो. हे हायस्कूल, कॉलेज, कारखाना एक बिझिनेस म्हणून चालवतो. आमच्या शेअर होल्डर्सची मीटिंग दर पाच वर्षांनी भरते. त्यात निवडून आलेली माणसं ह्या भागात

राज्य करतात. ज्या अर्थी मतदार पुनः पुन्हा आम्हाला निवडून देतात, त्या अर्थी वुई मस्ट बी डुइंग अ फाईन जॉब! बाय द वे, आता तुम्ही शहराचे म्हणून विचारतो. आमच्या डेअरीच्या 'हिंदू बटर'ची टी. व्ही.वरची जाहिरात कशी वाटली?

अभय : हिट आहे सुरेशभाऊ! घराघरात तुमचं हिंदू बटर आहे. पूर्वी अमुल बटरच होतं. आता भाऊ, टफ कॉम्पिटिशन आहे. मुंबईत तर नाक्या-नाक्यावर साइन बोर्ड्स आहेत- 'हिंदू, द ओन्ली भारतीय बटर-'! पण मला कळत नाही, ह्या घोषणेत म्हणजे 'हिंदू, द ओन्ली भारतीय बटर'ऐवजी 'इंडियन' असा शब्द चालला नसता का?

सुरेशभाऊ : डोन्ट आस्क मी, आस्क शरद जोशी! त्यांचं हल्ली इंडिया, भारत आसं चाललंय त्यावरून सुचली आयडिया! ॲक्चुअली, आय वॉन्टेड टू यूज शंकराचार्य इन धिस कॅम्पेन! म्हणजे शंकराचार्य आपल्या आसनावरून पावावर लोणी लावता-लावता म्हणतात- 'हिंदू- द ओन्ली भारतीय बटर!' पण म्हटलं, नको. उगा बोंबाबोंब नको. आम्ही मारे कॅम्पेन करायचो अन् शंकराचार्य जर खरंच आमचं बटर खात असले, तर खायचे बंद व्हायला नको! म्हटलं, तेवढं पुण्य असू द्यावं. (हसतो.)

अभय : तरी पण तुमच्यासारख्यांनी एका बटरचं नाव 'हिंदू' का दिलं?

सुरेशभाऊ : का? म्हणजे आमची श्रद्धा! माझ्या आज्यावरून ते नाव दिलंय! हिन्दुराव धोंडे पाटलांना आमची श्रद्धांजली म्हणून बटरचं नाव 'हिन्दू बटर'! (हसतो.) मग काय, आमच्या कारखान्यावर चक्कर मारली का नाही?

अभय : नाही. मी आजच येतोय! म्हटलं, आधी भाऊंना भेटावं; मग कार्यक्रम ठरवावा! तसा मुक्काम आहे माझा. भाऊ, तुम्ही आय. ए. एस्.ला जाणार होतात?

सुरेशभाऊ : कोण म्हणालं?

अभय : असं समजलं... मग...

सुरेशभाऊ : जाऊ द्या. काही गोष्टी होत असतात, काही आपल्या हातात राहात नाही.

[स्तब्धता.]

गडी : (प्रवेश करीत) भाऊ, दिल्लीचा कॉल लागलाय. तुम्ही उचला, मी

आतून कनेक्शन देतो. (जातो.)

सुरेशभाऊ : (फोनवर) हॅलोऽऽ अण्णा, मी भाऊ बोलतो... भाऊ... मघाच लावला होता फोन, पण आत्ता लागला! नाही म्हटलं, आता राधा येतीय... राधा... येतीय म्हटलं अमेरिकेहून... तवा एकदा बोलून घ्या यशवंतरावांशी... आपल्या फाउंडेशनतर्फे मेडिकल कॉलेजमधी तिला गुतवायचीय... बोलतो मी... आता उद्या बोर्ड मीटिंग आहे कारखान्याची... तेव्हा रीतसर ठरावच करून टाका... मेडिकल कॉलेज काढण्याचा... बोला मग... काळजी घ्या अण्णा... काळजी घ्या म्हटलं... ठेवू फोन...? ठेवतो मग फोन.

[फोन ठेवतो. काही क्षण शांतता. सुरेश विचारमग्न.]

अभय : इथले कलेक्टर तुमचे मित्र वाटतं...?

सुरेशभाऊ : अरे, मित्र काय म्हणताय... अगदी पाठचा भाऊ म्हणा! तर कलेक्टर अजित पेंडसे आमच्या मास्तरांचा नातू. आमच्या थोरल्या अण्णांचे मित्र होते स्वातंत्र्यसैनिक पेंडसे मास्तर. (फोटो दाखवत) हे... आता वारले... त्यांचा अजित हा नातू... म्हणजे मानलेला... खरं तर आम्ही तिथे बरोबरच शिकलो....

अभय : तिघे कोण?

सुरेशभाऊ : अंऽऽ

अभय : तिघे कोण म्हटलं... तुम्ही, अजित आणि तिसरं कोण?

सुरेशभाऊ : तिसरी... तिसरी राधा, राधा परांजपे. कारखान्याचे एम. डी. साहेब यशवंतरावांची एकुलती एक मुलगी. (मोठ्याने हसतो.)

[अभयला कारण कळत नाही. त्याची मुद्रा प्रश्नांकित.]

अभय : काय झालं भाऊ?

सुरेशभाऊ : योगायोग बघा... आमचं देवस्थान कपर्दिकेश्वर! थोरल्या अण्णांची शंकरावर भक्ती. देवस्थान तसं पडल्यालंच होतं; पण जागृत म्हणून प्रसिद्ध. देवस्थानचे पुजारी असायचे परांजपेशास्त्री. आपल्या यशवंतरावांचे वडील. तर झालं काय की, परांजपेशास्त्र्यांना दृष्टांत झाला– देवस्थान सुधारा म्हणून! शास्त्रीबोवांवर थोरल्या अण्णांचा भारी लोभ होता. शास्त्रीबोवा भविष्य अचूक बोलायचे. पुन्हा आमचे अण्णा आन् यशवंतराव एकाच वयाचे. तर सांगायचं कारण, बुवांना दृष्टांत झाल्याचे थोरल्या अण्णांना समजलं. त्यांनी लगी कारखान्याच्या बोर्डाची मीटिंग बोलवून उसाच्या टनामागे पैसे कापायचे, असा

ठराव मंजूर करून घेतला. महाशिवरात्रीच्या जत्रेअगोदर देवस्थानचा जीर्णोद्धार कम्प्लीट केला. हां, तर योगायोगाची गोष्ट म्हणजी- थोरले अण्णा, यशवंतराव अन् स्वातंत्र्यसैनिक मास्तर यांच्या त्रिकुटाचं घट्ट मेतकूट; तर पुढच्या पिढीत मी, अजित अन् राधा बरोबर वाढलो. थोरल्या अण्णांची दूरदृष्टीच म्हणायची. त्यांनी आमच्या आण्णांना राजकारणात घातलं. यशवंतरावांना कानपूरला धाडून शुगर टेक्नॉलॉजीचा डिप्लोमा करवला. यशवंतराव कारखान्यात आज एम्. डी., तर आमचे अण्णा चेअरमन! मी अन् अजित आपापल्या जागी... पण राधा मात्र दूर... ती इथं नव्हती. गेली पाच वर्षं अमेरिकेत. मधून-मधून येऊन जायची; पण ते काही खरं नाही... काही खरं नाही...

[हळूहळू प्रकाश सुरेशभाऊंवर केंद्रित. आता ते पुढचं स्वगतासारखं म्हणायला लागतात.]

लहानपणच्या मैत्रीच्या नात्याचा मोठेपणी झाला चोंबाळा. आमच्या तिघांची घरं तशी जवळ-जवळ ... डिसेंबरच्या थंडीत धुकं आसतंय... त्याच धुक्यात जॉगिंग करीत बॅडमिंटन कोर्टावर जाणारी तीन मुलं... एव्हरिथिंग इज् फॉगी... अनसर्टन्.. धुक्यात सकाळच्या शेकोटीचा वास.... त्यातून बॅडमिंटनचा आवाज... राधा तशी नीट भेटली...

[बॅडमिंटन खेळल्याचा आवाज ऐकू येतो]

पाच वर्षांपूर्वी... अमेरिकेला जायच्या आधी... अजित नव्हता... तो मसुरीला आय. ए. एस्.च्या ट्रेनिंगला...

[विंगेतून बॅडमिंटनचे शटल सुरेशभाऊंवर येऊन आदळते. सुरेशभाऊ ते शटल हाती घेऊन भूतकाळात जातात. योग्य प्रकाश आणि संगीत. समोर बघतात. रिकामी खुर्ची ठेवलेली. त्यावर प्रकाश. राधा येते. पाठमोरी बसते. ती खेळाडूच्या पोषाखात. ट्रॅकसूट घालू लागते. ट्रॅकसूट खुर्चीवर असतो. राधा अत्यंत देखणी. चेहऱ्यावर प्रचंड आत्मविश्वास. डोळ्यांत (शक्यतो घाऱ्या) समोरच्याला खेळवण्याची ताकद. राधा हातातील रॅकेट खुर्चीवर ठेवून ट्रॅकसूट घालू लागते. बोलत नाही. सुरेशभाऊ स्वतःशीच पण संवाद बोलतात. राधाला त्यांचे अस्तित्व जाणवत नाही, पण भावना मात्र चेहऱ्यावर दिसतात. सुरेशभाऊ तिच्याभोवती फिरत शटल घेऊन

म्हणतात-]
आता... आता परत कधी भेटणार राधा? बोल की.... एऽऽ उद्या... तू जाणार स्टेट्सला. एकदम अमेरिकेत. अंऽऽ बाल्टिमोरला! जॉन हॉपकिन्स युनिव्हर्सिटीत! तुझी आई मात्र टाटा कॅन्सरमध्ये मुंबईला अन् लेक चालली अमेरिकेला... आता यशवंतराव एकटेच... तरी तशी माझी चक्कर असणारच. हो...
तू मात्र वेवस्थित पत्र टाकायचं. उगा घोर लावायचा नाही. एऽऽ आगं, नुसती मान तरी डोलव... एऽ राधाबाई, आगं, बोल... आईला शक्य होत तेवढं आपन केलं. कारखान्यानं स्पेशल नर्सची सोय केली...
आपलं नशीब! अशा अवस्थेत तू डिसिजन घेतलास की- नाही, बाल्टिमोरला जाऊन जॉन हॉपकिन्समधून कम्युनिटी मेडिसिन शिकायचं..
ए राधा... बोल! गप का राहाती? आठवण आली का कुणाची? सांग की? ए... राधा, आता आईची आठवन येनारच. ती जन्माचीच असती... आपण आपलं पाहिलं पाहिजे! मग नुस्तं एम्. बी. बी. एस्. होऊन काय फायदा? इथे नुस्तं सुया टोचत बसण्यात मतलब नाही. त्याच्यापुढचं शिकायला नको?
नाही? मग अजितची येती का? आगं, तो झाला ना आता कलेक्टर... गेम संपली बाई. आता बोल... एऽ हे तुझं नेहमीचंच... नुसत्या गेमा देतीस... एक झाली की दुसरी... दुसरी झाली की तिसरी... कधी मला, कधी त्याला... झुलतोय झोका... वर-खाली... खाली-वर... तिच्या मायलाऽ अरे एऽ शेकोटी नका ना पेटवू. धुरानं येईल ना मग आमच्या राधंच्या डोळ्यात पाणी... आणि आमच्यासुद्धा. ए राधा... नाय तर गेट आऊट... चल, नीघ... राधा, गेट आऊट... तुला रेफ्रीनं डिबार केलंय... गेमा नाय पाहिजेत, गेमा नाय पाहिजेत... अण्णा म्हणत व्हते... लहानपणी लावताय जीव... मोठेपणी व्हईल ना सगळा चोंबाळा... माणसं अन् त्येंचे संबंध ह्यांचा कॉम्प्युटर प्रोग्राम करा... मनाच्या कॉम्प्युटरला फीड करा... मनाच्या धुक्यात कॉम्प्युटर बंद पडतो. म्हणजी सगळी बोंबाबोंब! कॉम्प्युटर घेऊन एकविसाव्या शतकाकडे वेगानं धावा...

हम इक्कीसवीं सदीं की ओर तेजीसे बढ़ रहे हैं... हम इक्कीसवीं सदी की ओर तेजी से बढ़ रहे हैं....

[राधा उठते. न बोलता सुरेशजवळ येते. त्याच्या हातातील शटल हलकेच काढून घेऊन निघून जाते. भाऊ खुर्चीत. प्रकाश पूर्ववत्. सुरेश डोळे मिटून बसलाय. आतून गडी येतो. सुरेशच्या अंगावर शाल घालतो. अंधार.]

अंक पहिला

प्रवेश दुसरा

[रंगमंचावर दुसरा दिवाणखाना. हे सहकारी कारखान्याचे मॅनेजिंग डायरेक्टर यशवंतराव परांजपे ह्यांचे घर. वय साठीच्या आसपास. दिसायला गोरेपान. त्यांच्यासमोर गावातल्या कॉलेजचे प्राचार्य बसले आहेत. त्यांचे वय ४५-५०. अत्यंत अदबीने बसलेले. यशवंतरावांसमोर ते खुर्चीला पाठ लावू शकत नाहीत. यशवंतराव फोनवर बोलतायत.]

यशवंतराव : हॅलोऽऽ हं! जरा मोठ्यानी- मी- काय? फ्लाईट वेळेवर आली? चला, कपर्दिकेश्वर पावला म्हणायचा- गाडी निघाली ना वेळेवर- अरे, मग फोन नाही का करायचा? आं? आम्ही आपली वाट बघत बसलोय- नाही- मला अजून परवानगी नाही दिली प्रवासाला- हो, परवाच्या अॅटॅकपासून... नाही, ठीक आहेत, घरचे ठीक आहेत. तब्येत आता उत्तम- अहो- आम्ही आता इकडचं आवरत आणलंय- हे शेवटचं वर्ष- आमचं संपलं- आता आम्ही रिटायर्ड होणार- अरे, ३५ वर्षं काढली की! घर आहेच- आं- आता शेतीत लक्ष घालेन- आणि आमचे खासदारसाहेब आम्हाला मोकळं बसून देणार नाहीत- दिल्ली-मुंबईची लायसनची कामं लावणार मागं- शिवाय आमचं हिन्दुराव फाउंडेशन आहेच. ते कोणी तरी बघायला हवंच- नाही, अजून तरी नाही- नवी पिढी- त्यांचं मी काय सांगू? फार चांगली बातमी दिलीत तुम्ही. फ्लाईट वेळेवर आली आणि मुख्य म्हणजे सुखरूप आली- नाही तर हल्लीचं काय सांगता येत नाही- कराचीला पॅन-अॅम विमानाचं असं झाल्यापासून तर छाती दडपून जाते- बराय मग- अच्छा- ठेवतो- ठेवतो आता.

(फोन ठेवतात. खुषीत आहेत.)

अहोऽ आमची राधा येतीय, प्राचार्यसाहेब!

प्राचार्य : ते समजलं साहेब. म्हणून एवढी खुषी होय?

यशवंतराव : वा! म्हणजे! अहो, माझी एकुलती एक मुलगी आज अमेरिकेहून येणार आणि... (पाईप पेटवतात.)

प्राचार्य : पण साहेब, तुमची तब्येत मात्र खरी सुधारली! (त्यांच्या बोलण्याचा रोख यशवंतरावांच्या पाईपवर आहे.)

यशवंतराव : कशावरून निष्कर्ष काढताय प्राचार्य?

प्राचार्य : तुमचं हे (पाईपकडे लक्ष वेधीत) सुरू झालेलं दिसतंय... म्हणजे डॉक्टरनी परवानगी दिली असणार, म्हणूनच तुमचं स्मोकिंग सुरू झालं असणार. मला मान्य आहे, आता लेक येणार म्हणजे बाहेरचा डॉक्टर सोडून घरचा बोलवावा लागणार अन् घरचा डॉक्टर म्हणजे पथ्यपाणी कडक! आलं का ध्येनात?

यशवंतराव : आता प्राचार्यसाहेब, सांभाळून घ्या! आमच्या कन्येजवळ ह्याच्याबद्दल काड्या घालू नका.

प्राचार्य : बरेच दिवसांनी येणार नाही राधा?

यशवंतराव : तशी तिला अमेरिकेला जाऊन झाली की ५-६ वर्षं. पुण्याहून एम. बी. बी. एस. झाली अन् इन्टर्नशिप संपवून लगेचच गेली. तशी आली मधे दोन वेळा सुट्टीवर, पण तुम्हाला सांगू- तसं येणं म्हणजे काही खरं नव्हे! आता मात्र कायमची येणार.

प्राचार्य : प्रॅक्टीस कुठे, इथेच करणार? म्हणजे कारखान्याचे गावी की शहरात म्हणतो मी!

यशवंतराव : नाही ना, प्रॅक्टीस करणारी डॉक्टर नाही झाली ती! तिला आवड कम्युनिटी मेडिसिनची. म्हणून तर जॉन हॉपकिन्समध्ये गेली अमेरिकेत, बाल्टिमोरला!

प्राचार्य : डॉक्टर आसून दवाखाना काढणार नाही? म्हणजे आपल्या जामखेडच्या डॉ. आरोळ्यांसारखं काम करणार म्हणा की!

यशवंतराव : देव जाणे काय करणार! तिचं काही समजत नाही. मनमोकळं कधी बोलणं नाही. सतत आत खोलवर विचार करीत बसायची सवय... प्राचार्य, मी मघा खोटं बोललो.

प्राचार्य : मघाशी म्हणजे.....

यशवंतराव : फोनवर! मला तिकडून विचारलं, घरचे कसे आहेत? मी म्हटलं, ठीक आहेत. घरचे म्हणजे कोण, तर मी.... एकटाच! राधा आज येतीय, उद्या लग्न होऊन जाईल. पुन्हा... घरचं म्हणून हक्काची

सांगावी ती मालती पुढे निघून गेली.

[स्तब्धता.]

हा थेरडा मात्र ठणठणीत आहे. एक हार्ट अ‍ॅटॅक येऊनसुद्धा साखरेची पोती मोजीत गोड हसतोय...

[स्तब्धता.]

राधा मार्गाला लागली पाहिजे...

प्राचार्य : बरं... मला का बोलावलं होतंत?

यशवंतराव : आसं बघा, हिंदुराव फाउंडेशनच्या मदतीनं कारखान्यात इथे मेडिकल कॉलेज काढावं, असा ठराव मंजूर झालेला आहे. त्याच्या कामाचं काय झालं?

प्राचार्य : अरे बाप रे! तेवढा आग्रह धरू नका म्हणून सांगा त्येन्ला. फार कटकटीचा मामला एम्. डी. साहेब! आपलं इंजिनिअरिंग कॉलेज काढणं सोपं. पोरं फेल झाली तरी विद्यापीठातून एटीकेटी आणता येती. मेडिकलचं म्हणजे वांद्याचं काम. मेडिकल कौन्सिलची मान्यता लागती. आणि मुख्य म्हणजे, पेशंट यायला पाहिजेत! तेही राहू द्यात मी म्हणतो, किमान बेवारशी मुडदे तर भेटले पाहिजेत? इथे आपण कुणी मरायला लागल्यावर ससूनला केस फिरवतो! तर थोडक्यात सांगायचं तर- ग्रामीण भागात जिवंत पेशंटच काय पन् बेवारशी मुडदेदेखील घावायचे नाहीत. पुन्हा हॉस्पिटल काढा... अराराऽऽ! अवो, त्या जे. जे. हॉस्पिटलची बोंब आपण वाचतोच आहोत. तुम्हाला अंबेजोगाईची गंमत माहितीय?

यशवंतराव : काय झालं अंबेजोगाईला?

प्राचार्य : झालंय काय, तुम्हाला सांगतो. सरकारनं मेडिकल कॉलेज काढलं तिथं. छानदार हॉस्पिटल बांधलं, पण पेशंटची बोंब. ६०/६० पेशंटच्या वॉर्डात फक्त २ किंवा ३ रुग्ण! सक्काळच्या राऊंडला डॉक्टर गेले ऐटीत- पेशंटला तपासायला. स्टेथास्कोपची नळी छातीला लावली तर बें...बें... असा आवाज. त्यांना कळंना, पेशंटच्या छातीतून बकरी का ओरडतीय म्हणून! डॉक्टर पेशंटच्या खाटेखाली बघतात तर एक बकरी बेडपॅनमधी अडकून बसलेली... (हसतात.) म्हणजी होईल काय, अंबाजोगाई दुष्काळी म्हणून तिकडे खाटेखाली शेळ्या अन् आपल्याकडे बागायती म्हणून खाटेखाली संकरित गाया येणार रवंथ करायला...! (हसतात.) डॉक्टरनं छातीला नळी

लावली, की हम्माऽऽ हम्माऽऽ असा आवाज!!
[यशवंतराव हसू दाबत हसतात.]

यशवंतराव : प्राचार्यसाहेब, कोणतीही गोष्ट नवी आसली की, सुरवातीला विरोध असतो. पूर्वी खासगी साखर कारखाने होते आणि सहकारी आले. त्या वेळी खासगी कारखानदारांनी दडपण आणलंच. परिस्थिती बदलत असते किंवा आपण ती बदलू शकू, अशी महत्त्वाकांक्षा पाहिजे. ती आपल्या भागात आहे. असं... मला कारण सांगू नका... इथे मेडिकल कॉलेज नाही, ते होणार म्हणजे होणार! निर्णय झालेला आहे.

प्राचार्य : ते खरं साहेब... काय म्हणतो मी, आपण काढू मेडिकल कॉलेज... आणि होतील हं, कॉलेजच्या डीन राधाताई पण होतील... तरी आपल्या कारखान्यानं या फंदात पडावं की...

यशवंतराव : (आवाज वाढवत) कृष्णा सहकारीनी काढलं की नाही? मग? आता गंमत बास झाली... तुम्ही आसं करा, सुटा आणि कऱ्हाडचा प्रोटोटाईप बघून या त्यांचा! मी बोललोय फोनवर त्यांच्याशी. तेव्हा तुम्ही...

प्राचार्य : तरी पण एम्. डी. साहेब...

यशवंतराव : प्राचार्य, मला कारणं नकोयत. तुम्हाला आज निघावं लागेल. व्यवस्थित रिपोर्ट सबमीट् करा. नंतर मणिपालला जा. तिथला प्रोटोटाईप जास्त जुना आहे. तो बघून या. आणि कारणं सांगू नका; निर्णय झालेला आहे. आपण अंमलबजावणी करतो आहोत. काय?

प्राचार्य : साहेब... जरा उद्याहून निघतो. आज जरा घरी पूजा असते. माणसं बोलावलीत प्रसादाला. समजलं मला. मी जाऊन येतो. मग निघू मी? गुरुजी यायची वेळ होत आलीय. खरं तर साहेब, आता पूर्वीसारखी पूजा राहिली नाही. पूर्वी पूजा सांगायला आपले वडील यायचे तेव्हा अर्थासकट पूजा व्हायची. पूजा कसली, रसाळ प्रवचनच म्हणा! कान तृप्त व्हायचे. आता पूजा आपली पद्धत म्हणून. साहेब, तुमच्या वडलांचा धाकच न्यारा. त्येन्ला दक्षिणा मागावी लागत नसे. नजरेच्या धाकात यजमान दक्षिणा शालीत सोडत असे. आता मुहूर्त ठरण्याआधीच दक्षिणेचा वायदा. पुन्हा नेण्या-आणण्याची सोय. आज गुरुजींसाठी म्हणून कारखान्याची गाडी मागावून घ्यावी लागली साहेब. त्याशिवाय येतच नाहीत गुरुजी.
[स्तब्धता. यशवंतराव गप्प. आपण भिक्षुकापोटी जन्मलो, ही व्यथा

वरील परिच्छेद होत असताना त्यांच्या चेहऱ्यावर दिसते.]
वास्तविक साहेब, मी आजच निघालो असतो. पण हे घरी काम होतं त्यामुळे... नाही तर आपली आज्ञा प्रमाण असते साहेब.

यशवंतराव : अंऽऽ हो! आज्ञा आम्ही करायची, पण अंतिम विजय तुमचाच प्राचार्य.

प्राचार्य : मी समजलो नाही साहेब?

यशवंतराव : समजायचं काय कप्पाळ! मोठ्या शिताफीनं तुम्ही माझा पूर्वेतिहास दाखवून दिलात. जणू मला वॉर्निंग दिलीत- एम्. डी. साहेब, तुम्ही मूळचे हे असे- भिक्षुकाचे चिरंजीव. जास्त गुरगुरू नका. पुढच्या वर्षीच तुम्ही सेवानिवृत्त होणार. थोडक्यात, तुमचा छकडा बांधलाय परांजपे. शेवटी विजय तुमचाच प्राचार्य!

प्राचार्य : छेऽ छेऽऽ भलतंच! मनातदेखील आणू नका साहेब! मला जोड्यानी मारा, पण असले आरोप करू नका. आता नेमकी पूजा आज निघाली, त्याला मी काय करू साहेब? आसं तोडून बोलू नका. आज मी जो आहे, तो तुमच्यामुळे आहे साहेब. खाल्ल्या घरचे वासे कसा मोजीन मी? सहज म्हणून शास्त्रीबुवांची आठवण आली. चुकलं तर माफ करा साहेब.

यशवंतराव : चूक कसली प्राचार्य, तुम्ही सत्य तेच बोललात. फक्त अनवधानाने तुम्ही बोललात, अशी तुम्ही माझी खात्री पटवताय. आता होते आमचे वडील भटजी, त्याला आपण काय करणार?
[रंगमंचाचा भाग अंधारात. फक्त यशवंतराव प्रकाशात. प्राचार्य दिसत नाहीत. जुन्या पद्धतीचे पार्श्वसंगीत.]
(यशवंतराव मालतीच्या फोटोकडे पाहत नकळत पाईप पेटवणार एवढ्यात...)
..बरं, नाही पेटवत. आता माझं स्मोकिंग खूप कमी झालंय परवाच्या अ‍ॅटॅकपासून. तुला माहीत नव्हतं ना? हे डॉक्टर लोक पत्ता लागू देत नाहीत. बोल मालती... गंमत बघ... म्हणजे स्मोकिंग करतो मी आणि कॅन्सर मात्र तुला! मनापासून प्रेम केलंस तू, म्हणून हार्ट अ‍ॅटॅक मात्र मला. आता काळजी नाही. राधा आली काळजी घ्यायला. फ्लाईट लँड झालीय तिची. बोल... गप्प राहू नकोस, चित्रासारखी बसू नकोस. तू हॉस्पिटलमध्ये असताना दूर गेलेली राधा आज जवळ आली, तर तू मात्र लांबवर निघून गेलीस आणि ह्या फोटोत कायमची जाऊन बसलीस. तुझी आठवण ही आठवण राहिली

पाहिजे मालती– ह्या वाजणाऱ्या हार्मोनियमच्या सूरांसारखी. आता तुला जाऊन तीन वर्षे झाली, तरी आठवणीतील वेदना कमी होत नाही. ती कमी करण्याचं औषध आपली राधा... डॉक्टर असून मला सापडत नाही.

[हार्मोनियमची लकेर, उजेड. स्वर विरत जातात. मालतीच्या फोटोपाशी यशवंतराव उभे. प्रकाश पूर्ववत्. इंगळे प्रवेश करतात.]

इंगळे : नमस्कार साहेब! मी इंगळे, साहेब.

(यशवंतराव हाताने 'बसा' अशी खूण करतात.)

इंगळे : (बसत) मी इंगळे, साहेब! नव्यानं आलोय बदलून. सुरेशभाऊ भेटा म्हणाले, साहेब.

[यशवंतराव समोरच्या फायलीत लक्ष घालतात. त्यांच्याकडे अजून लक्ष नाही.]

आपल्याला भेटा म्हणाले सुरेशभाऊ... म्हटलं, भेटून यावं... नव्यानंच आलोय इथे... भाऊंकडे गेलो होतो कामाला. ते तुम्हाला भेटा म्हणाले. साहेब... मी...मागावून येऊ का साहेब?

यशवंतराव : आता मॅजिस्ट्रेटसाहेब, तुम्ही नव्यानंच आलाय म्हणून सांगावं लागतंय. तर हिन्दुराव फाउंडेशन हा खासदारसाहेबांच्या वडिलांच्या नावानं काढलेला ट्रस्ट. अनेक चॅरिटेबल इन्स्टिट्युशन्स ह्या ट्रस्टच्या उत्पन्नावर चालतात. आमचं डी. पी. कॉलेज ऑफ इंजिनिअरिंग माहीत असेलच? खासगी कॉलेज असून सगळ्यात जास्त रिझल्ट आमचा लागला. हे कॉलेज फाउंडेशन चालवतं. त्यासाठी देणग्या गोळा कराव्या लागतात. पुन्हा गरीब शेतकऱ्यांवर अवलंबून किती राहणार? सुरुवातीला थोरले अण्णांच्या प्रेमापोटी सगळ्यांनी उसाच्या टनामागे पैसे एकमतानी ठराव करून दिले. विकास निधी म्हणतो आम्ही त्याला. कारण सगळ्यांचाच खासदारसाहेबांवर प्रचंड विश्वास! हो, पुन्हा तुम्हाला सांगतो– फाउंडेशन कुणाकडून कॅश घेत नाही. ज्यांना काही द्यायचे असतील, त्यांनी इथं यावं. संस्थेचे काम बघून इच्छेनुसार चेकने देणगी द्यावी. पुन्हा सक्ती नाही! हं, सक्ती नाही! स्वखुषीनं जमतील तसे! काय? तुम्ही नव्याने बदलून आलाय मॅजिस्ट्रेटसाहेब, म्हणून आमचा प्रेमाचा कायदा मुद्दाम समजावून सांगतोय! भाऊ भेटून जावा म्हणालेत...मग... काय सांगू भाऊंना?

इंगळे : त्यांना म्हणावं, तुमचा कायदा... म्हणजी प्रेमाचा– आम्हाला

समजला. काम मोठंच आहे, पुन्हा खर्चाचं! कुणी पण भारावून जावं असं वातावरण हे! त्यात आम्ही नवे. पुन्हा प्रत्येक राजाचे कायदे वेगळे! काय आहे साहेब की, त्यामुळं कल्पनाच आली नाही. चेकचं नाही जमलं. आम्ही आपले सवयीनं... कॅशच (खिशात हात घालू बघतो.)

यशवंतराव : चेकचं जमलं नाही, हरकत नाही. सावकाश सवडीनं आणून द्यायचे. आता तुम्ही इथेच आहात की! एकदम पुन्हा झाली बदली, तर कॅन्सल करून घेऊ. एकदा माणूस आपलं मानलं की, त्याचं सगळं बघावं लागतं. तर, आमचं काम पटलं म्हणून द्यायची देणगी, बरं काय मॅजिस्ट्रेटसाहेब! कसलीही सक्ती नाही. देणगी सक्तीची करून आम्हाला राज्य घालवायचं नाही.

इंगळे : प्रश्नच नाही साहेब! आपलं काम मोठंच आहे. आम्ही त्या कामाच्या बाजूचे. आसं करतो- उद्यालाच चेक घेऊन येतो. मग सांगा सुरेशभाऊंना, मी भेटून गेल्याचं. आमच्या छोट्या कामाचं तेवढं लक्षात ठेवायचं साहेब. कॉन्फिडेन्शियलमध्ये ते रिमार्कचं तेवढं... म्हणजी होईल काय की; प्रमोशनच अडलंय साहेब. सिनिऑरिटीचा प्रश्नच निकालात काढायचा बघा.

यशवंतराव : गल्लत करू नका इंगळे! माणसानी आपली पायरी सांभाळून वागावं! हे मी माझ्याबद्दल बोलतोय, बरं का साहेब. नाही तर तुमची समजूत व्हायची, मी मॅजिस्ट्रेटसाहेबांना पायरी सांभाळून वागायला सांगतोय म्हणून! तेव्हा तसं नाही. माझं काम फक्त फाउंडेशनच्या कामाची माहिती आपल्यासारख्या गरजू व्यक्तींना करून देणं. त्यांची गरज पुरविण्याचा माझा अधिकार नाही. तुम्ही आता आमचे जवळचे- म्हणजे आर. टी. ओ. साहेबांचे पाहुणे म्हणून मुद्दाम सांगितलं. वाट्टेल त्याला मी नाही सांगत बसणार. तेव्हा बाकीचं सगळं सुरेशभाऊ बघतात. त्यांना तुमच्या अडचणींची कल्पना आहेच. काय? तेव्हा गल्लत नको. देणगी- आमचं फाउंडेशनचं काम आपल्याला मनापासून पटलं म्हणून! तुमच्या कामाचा आणि फाउंडेशनच्या कामाचा संबंध लावण्याचा वेडेपणा तुम्ही करणार नाही, हे तुम्ही स्वतः मॅजिस्ट्रेट असताना मी सांगणं म्हणजे मूर्खपणा ठरेल. तेव्हा गल्लत करायची नाही आणि संकोच टाळायचा! किती देऊ? किती देऊ? अंऽ हं! कितीही! काय? निःसंकोचपणे देणगी द्यायची.

पंचवीस हजार द्या... पंधरा हजार द्या....

मॅजिस्ट्रेट : पंधरा फार होतात साहेब, उद्या दहा देतो... मग पुन्हा मी आहेच की...

यशवंतराव : तुमची इच्छा ती आमची इच्छा! चांगल्या कामाला चांगल्या माणसानं मदत करायची, इतकंच आमचं सांगणं. शक्यतो पंधराचं बघा, मग पुढे बघू. वास्तविक तुमच्यासारख्यांकडून खूप अपेक्षा आहेत आमच्या! आत्ता तर सुरवात आहे. पुढे बघू मग, या आता! नमस्कार!

इंगळे : भाऊंना तेवढं सांगा भेटून गेलो म्हणावं!

यशवंतराव : ठीक आहे. मग उद्या चेक द्या धाडून. उद्याच फोन करून सांगतो तुम्ही भेटून गेल्याचं!

[इंगळे जातात. यशवंतराव फोन फिरवतात. फक्त यशवंतरावांवर प्रकाश.]

यशवंतराव : (फोनवर) हॅलोऽऽ जरा भाऊंना द्या- मी एम्. डी. बोलतोय!

[फोनवर सुरेशभाऊंचा आवाज. झाल्यास सुरेशभाऊंचा चेहरा 'क्लोजअप'सारखा बोलताना दिसावा. नाही तर आवाज चालेल. सुरेश फोनवर उत्सुकतेने]

सुरेशभाऊ : काय पपा, आली का?

[स्तब्धता]

यशवंतराव : अच्छा, राधा ना? नाही ना! तिची तर वाट बघत बसलोय. अजित जायचा होताच मीटिंगला. तो म्हणाला, मीच रिसीव्ह करून घेऊन येईन. म्हटलं चला, काळजी मिटली...

सुरेशभाऊ : सॉरी... मला वाटलं, राधा आली म्हणून लावला काय फोन!

यशवंतराव : आता येईलच ती. आणि आल्यावर मी कशाला, ती स्वतःच करेल फोन. बरं, ते असो. फोन अशासाठी केला होता की, इंगळे येऊन गेले.

सुरेशभाऊ : मग काम झालं की नाही?

यशवंतराव : काम तुम्ही करणार म्हणालेत.

सुरेशभाऊ : तसं नव्हं, आपलं काम म्हणतो मी- फाउंडेशनचं...

यशवंतराव : फाउंडेशनचं काम सविस्तर समजावून सांगितलं त्यांना. फार प्रभावित झाले आपल्या योजना ऐकून आणि...

सुरेशभाऊ : मग काही प्रकाश पडला की नाही, त्येंच्या डोस्क्यात?

यशवंतराव : पडला तर. चांगले काजवेच चमकले त्यांच्या डोळ्यांसमोर!

सुरेशभाऊ : असं? मग किती म्हणाले?

यशवंतराव : चेक नव्हता तयार, कॅशचं बोलायला लागले. म्हटलं, नथिंग डुइंग! उद्याला दहाचा चेक देतो म्हणतायत. उरलेले नंतर म्हणजे काम झाल्यावर देतो म्हणाले. पण देईल. माणूस गरीब वाटला. पुन्हा कामाचा आहे. म्हणून मग जादा ताणून नाही धरलं.

सुरेशभाऊ : ते बरं केलं. कळवा मग– राधा आल्यावर... पण तिला जेट लॅग असणार!

यशवंतराव : नाही; तशी ती लंडनला मैत्रिणीकडे दोन दिवस थांबून येणार होती. बराय मग. ठेवतो फोन.

[यशवंतराव फोन ठेवतात. त्यांच्यावरचा प्रकाश जातो. फक्त सुरेशभाऊंवर प्रकाश. ते विचारमग्न. हातातला रिसीव्हर रेंगाळत ठेवतात. मोटार थांबल्याचा आवाज येतो. दार उघडून लावल्याचा आवाज येतो. त्यासरशी सुरेशभाऊंवरचा प्रकाश जातो. परत मोटारीच्या दरवाजाचा आवाज येतो तशी यशवंतरावांच्या घरात प्रकाश. आतून राधाचा आवाज येतो, 'पपाऽऽ पपाऽऽ मी आले!' यशवंतराव येतात. राधा प्रवेश करते. वय ३०–३२. देखणी. चेहऱ्यावर बुद्धिमत्तेची झाक. आत्मविश्वास. अंगाने व्यवस्थित. सगळे जागच्या जागी. बोलताना समोरच्या माणसाच्या डोळ्यांत डोळे घालून बोलण्याची सवय. अमेरिकेत राहूनही पाय जमिनीवर असल्याने बोलण्यात विशेष परिणाम नाही. क्वचित १/२ शब्द अमेरिकन इंग्लिशमध्ये येऊन जातात. यशवंतरावांना मिठी मारते. तिची नजर आईच्या फोटोकडे जाते. आईचे गाणे किंवा हार्मोनियम वादन अस्पष्ट ऐकू येते. स्तब्धता. फोटोकडे दोघे एकटक बघतात. यशवंतराव तिची पाठ थोपटत सांत्वन करतात. पाठीमागे अजित येऊन उभा. हातात सामान. अजित उंच, किडकिडीत. रंगाने सावळा. राधाच्याच वयाचा. स्वभावाची चिडचिड. चेहऱ्यावर एकाकी भाव. आत खोलवर दुखावल्यासारखा. डोक्याने तल्लख. वागायला स्मार्ट. स्वच्छ मराठी बोलणारा. आग्रही बोलणे. प्रखर बुद्धिमत्तेचा अभिमान.]

अजित : (चेष्टेत) सामान कुठे ठेवू बाई?

यशवंतराव : अरे अजित, ये, ये! सॉरी. तुला त्रास पडला. ए, आता तू कलेक्टर झालास बाबा! पूर्वीची गोष्ट वेगळी होती; आता खुर्चीचा मान! तुझा मान! (खुषीत) चला, बरं झालं. सगळे मोठे झाले, मार्गी लागले.

अजित : पण मी तुम्हाला कधीच मोठा होणार नाही. आणि राधाला आणायला गेलो, त्यात त्रास कसला? मीटिंग होतीच डिव्हिजनला; नंतर तसाच एअरपोर्टवर गेलो. बराय, निघू मी...?

यशवंतराव : नाही, नाही! थांब ना. बसा तुम्ही गप्पा मारत. इतक्या वर्षांनी भेटताय... मी... माझं देवाचं उरकून घेतो... एऽ तुम्ही हसू नका... आम्ही आपली जुनी, भाबडी माणसं. विमानाच्या प्रवासापेक्षा आमचा देवावर जास्त विश्वास आहे.

[यशवंतराव जातात. अजित, राधा स्टेजवर. काही काळ शांतता.]

राधा : हंऽ उचला, फोन उचला. (अजित गप्प)
एऽ फोन कर ना सुरेशला. आय मीन, सुरेशभाऊला...

अजित : मला वाटतं, तूच फोन केलेला बरा!

राधा : मी... मी फोन करू? की त्याचा फोन येईल? तुला काय वाटतं?

अजित : असे अंदाज करीत बसण्याचं वय आता गेलं राधा. फोन तू केलास काय किंवा त्यांनी केला काय किंवा मी जाऊन निरोप सांगितला काय- त्यानं आता काय फरक पडणार आहे? सरशी अगं त्याची. हुकमाचं पान त्याच्याकडे. हात तो ओढणार, कारण तो मालक!

राधा : हं! मघाशी ड्रायव्हरसमोर नको म्हणून बोलले नाही. एकूण पाच वर्षांनी तुमचं आहे तसंच आहे म्हणायचं? मी आल्यानं आता आगीत तेल नाही पडलं, म्हणजे मिळविली! आणखी किती वर्षं तुम्हाला माझ्या आगीचा बंब लागणार आहे, कोण जाणे! तुम्ही भांडून भडकायचं आणि मध्यस्थीला मी.

अजित : येस! तो सगळं फार चलाखीनं करतो.

राधा : म्हणजे?

अजित : म्हणजे, उघडपणे आपला मालकी हक्क जाणवून देत नाही. खरं तर मला... इथं पोस्टिंग नको होतं. शहाण्या आय. ए. एस्. माणसानं स्वतःच्या गावात कधी बदली करून घेऊ नये. माझ्यासारख्या एका साखर कारखानदाराचा आश्रित म्हणून वाढलेल्या माणसानं तर नाहीच नाही. नाही म्हटलं तरी अगं, ऑब्लिगेशन्स येतात. (कसनुसा होतो.)

राधा : डोन्ट टॉक सिली! मला सांग- अंऽऽ आमच्या घरी वाढलास आश्रित म्हणून? खरं सांग, तुला काय वाटतं? माझ्या आई-पपांच्या वागणुकीतून तुझा आश्रितपणा जपला गेला?

अजित : सुरुवातीला नाही. पण जसा मोठा झालो तसं जाणवलं की, मी तुमच्यातला नाही. वाटायचं की, पपा मला मुद्दाम जपतायत. नको इतका प्रोटेक्ट करतायत. त्यांच्या नजरेत अपराधीपणाची भावना तरळायची. असं तर नसेल की– यशवंतरावांचे वडील थोरल्या अण्णांच्या देवळात पुजारी होते, त्यामुळे आश्रितपणाचा नैवेद्य त्यांनाही मिळाला असणारच– म्हणून तर मला जपत नसावेत? स्वतःचं दुःख दुसऱ्यात लांबून पाहाणाऱ्या माणसाला स्वतः उगीचच सुखी असल्याचा भास होतो. मी कलेक्टर होणार, ही माझी महत्त्वाकांक्षा होती आणि त्यासाठी माझी बुद्धी कामाला आली, ह्याचा मला अभिमान आहे.

राधा : आम्हालाही आहे. मला आहे. माझी आई तर तुला...

अजित : एक मिनिट! त्यात फरक आहे. माझा अभिमान आणि तुमचा, ह्यांची गल्लत करू नकोस. तुमचा अभिमान तुमच्या घरी वाढलेला एक अनाथ मुलगा कलेक्टर झाला याचा आहे. तुमच्या अभिमानाला ह्या घरच्या संस्कारांचा दर्प आहे.

राधा : आय सी! अरे, अभिमान निर्व्याज कधीही नसतो. तुझाही नाही. त्यालादेखील निसर्गदत्त लाभलेल्या बुद्धिमत्तेचा दर्प आहे. सो दॅट्स दॅट!

[स्तब्धता.]

अजित : हंऽऽ बरं, मग कधी भेटणार?

राधा : भेटायला तर हवंच! माझे खूप प्लॅन्स आहेत. आपण तिघं भेटू.

अजित : तिघं?

राधा : का? तू, मी नि सुरेश. आय मीन– सुरेशभाऊ!

अजित : हंऽऽ अच्छा! असं तिघं भेटायचं आणि बिघडू नये म्हणून चौथा दगड घ्यायचा?

राधा : तुझा सुरेशवर एवढा राग का?

अजित : मला इथे यायचं नव्हतं! यायचं नव्हतं म्हणजे, कलेक्टर म्हणून. मनाविरुद्ध मला इथं यावं लागलं– या गावात!

राधा : मनाविरुद्ध कसं? तू इथला! यू नो व्हिदम ऑफ धिस टाऊन वेल! लोकांना आपलेपणा वाटतो. आपल्यातला माणूस कलेक्टर झाला! लोकांची कामं होतात.

अजित : त्यांची कामं होतात, होऊ देत. मी करीन ती. पण त्यासाठी लोक

माझ्याकडे परस्पर येऊ देत. मधे हा सुरेशभाऊ कशाला? त्यांनी सांगितलेली कामं मी का करावीत? तो इथल्या खासदाराचा मुलगा म्हणून? मग खासदारांनी सांगू देत, मी करीन ती. ते काय मला ओळखत नाहीत? ते आणि मी बघून घेऊ! हे बघ राधा, तो जर माझा फक्त मित्र असता ना, तरी त्याची कामं मी केली असती. पण तो मित्र असल्याचे भासवतो. त्याचा मुखवटा- 'मी तुला इथे आणला भडव्या' हा असतो. त्याच्या नजरेत मला 'आमच्यामुळे अनाथाचा नाथ झालास' अशी लिहिलेली पाटी स्पष्ट दिसते. त्यांनी काढलेल्या शाळेतून कुणी तरी कलेक्टर व्हावा, ह्या महत्त्वाकांक्षेपायी त्यांनी मला पोसत-पोसत हा बळीचा बकरा तयार केला! आय. ए. एस्. बकरा; साधा नव्हे! मला... माझं कुणी नाही गं... खरं तर तू गेल्या दिशेला थोबाड करून बसलो होतो. आता अमेरिकेहून परत आलीस, बरं वाटलं. म्हटलं- चला, कुणी तरी बोलायला मिळालं. कलेक्टर झाल्यापासून काहीही स्वार्थ नसलेलं हल्ली बोलणंच होत नाही. इथं ऑफिसमध्ये बसलं की, मागची आठवण काढत प्रत्येक जण येतो आणि सहीसाठी कागद अल्लाद पुढ्यात टाकतो. ह्या- ह्या लोकांनी माझा हक्काचा शिक्का केलाय. त्यांना वाटतं, तीन सिंहांपैकी शिक्क्यातला मी एक पाळलेला, दात काढलेला सिंह- शाईनं बरबटून गेलेला! कामं करायची मी, जबाबदारी माझी, सही माझी. उद्या मान माझी अडकणार, हे सुरेशभाऊ मोकळे! त्यांना कसलीही जबाबदारी नाही. त्यांच्या माणसांची नियमाविरुद्ध कामं नियमात बसवायची मी; क्रेडिट मात्र भाऊंना! मग अण्णा बरे. त्यांनासुद्धा मतदारसंघाचा धाक आहे, जबाबदारी आहे. पण हा कोण?

राधा : एकंदरीत तुमचं चांगलंच बिनसलेलं दिसतंय? पण मला सांग, उद्या मी काही काम घेऊन आले तुझ्याकडे, तर तू काय समजशील?

अजित : चल गं! काही तरीच बोलतेस!

राधा : बघ हं! मी सुरेशकडून काम घेऊन येणार नाहीच, असं समजू नकोस!

अजित : गपऽ उगाच चिडवू नकोस. मी आपलं आज तू भेटलीस म्हणून भडाभडा बोलत सुटलो! आता तू बोल-

राधा : काय बोलू मी आल्या-आल्या?

अजित : तुझे काय करायचे प्लॅन्स आहेत म्हणत होतीस?

राधा : का? तुला काय माहिती नाहीत? मी काय उगाच कम्युनिटी मेडिसिन

करून इथे परत आले? खासदार इथे मेडिकल कॉलेज काढणार आहेत, खासगी. हे सगळं प्रोजेक्ट मी बघणार आहे. अँड आय ॲम क्वाइट कमिटेड अबाऊट इट्!

अजित : राधा.. मला वाटतं, तू या फंदात पडू नकोस. तुला वाटतं तेवढं हे सोपं काम नाही.

राधा : सोपी सध्या कुठली गोष्ट असते अजित? इथे खेडेगावात आपण कारखाना चालवतो, कोट्यवधी रुपयांची उलाढाल करतो; त्यात कॉलेज काढणं काय अवघड आहे?

अजित : साधं कॉलेज काढणं वेगळं आणि एक मेडिकल कॉलेज काढणं, ह्या वेगळ्या गोष्टी आहेत राधा. प्रत्यक्ष जिवंत माणसांची जबाबदारी आहे.

राधा : ती आम्ही घेऊ! मला तर वाटतं, वाजवीपेक्षा जास्त डॉक्टर्स व्हायला पाहिजेत. पीपल शुड हॅव चॉईस. प्रत्येक प्रोफेशनचा एकेक काळ असतो. पूर्वी सगळे वकील व्हायचे. राजकारणात पडून कायदा वेशीवर टांगायचे. नंतर सगळे इंजिनिअर्स व्हायला लागले. मग गल्लोगल्ली पॉलिटेक्निक्स. डॉक्टर ह्या प्रोफेशनचं डी-ग्लॅमरायझेशन व्हायला पाहिजे. त्याला काय एवढं सोनं लागलंय? इतर व्यवसायांसारखा हा एक धंदा! आपल्या भागातली पोरं इथंच शिकतील. प्रॅक्टिस इथेच करतील. त्यांना शहराची चटकच लागणार नाही..

अजित : छान! तुझं फर्स्ट लेक्चर एम.बी.बी.एस.चं कॉलेज काढण्याआधीच सुरू झालेलं दिसतंय. अगं, पण या तुमच्या कॉलेजमध्ये येणार कोण? ज्यांना लाख-लाख रुपये भरायला परवडतील, अशा बापांची पोरं! म्हणजे जाहिरात दिल्यावर मुंबईहून पैसे घेऊन पोरांच्या बापांच्या रांगा लागतील. पुन्हा कॉलेज विनाअनुदान तत्त्वावर चालणार, म्हणजे कारखान्याला पैसा घालावा लागणार. पुन्हा कॉलेजचं पहिलं वर्ष झालं की, देणगी देणारे बाप सचिवालयात खेटे घालून पोरांची मुंबईला नाही तर पुण्याला बदली करून घेणार. मग पुन्हा मारामाऱ्या, कोर्ट-कचेऱ्या, कोर्टात रिट-पिटिशन. कोर्टात जाणं तर इतकं वाढलंय आजकाल की, काही दिवसांनी पोस्टासारखी नाक्या-नाक्यावर न्यायालयं काढण्याची वेळ येईल! शहरातल्या पोरांसाठी इथल्या पैशांचा वापर व्हावा, हे मला मान्य नाही. नसत्या फंदात तू पडू नकोस.

राधा : तुझी चिडचिड नक्की कशाकरता आहे अजित? इथल्या पैशांवर शहरातली मुलं शिकणार म्हणून, की कॉलेज चालवायला आम्ही नालायक आहोत, आमचे डॉक्टर्स सबस्टॅण्डर्ड निघतील, त्यांच्या हातून पेशंट मरतील- असं तुला वाटतं? बोल ना-

अजित : हे बघ, माझं काय मत आहे ह्याला काहीही किंमत नाही. हे मत मला कोणीही विचारणार नाही, कारण शेवटी मी एक पगारी नोकर आहे! सरकार दरबारचा सेवक आहे, कोणाच्या घरचा गडी नव्हे! ह्या नोकरीतले ताण मला समजतात गं! अंगात ताठ मानेचे अवसान आणून निवडून आलेल्या प्रतिनिधींचे विचार घटनेच्या चौकटीत किंवा अर्थशास्त्राच्या तंत्रात कसे बसवायचे, हे मला माहितीय. त्याकरताच मला पगार मिळतो. आणि हेदेखील अशा काही खुबीनं करायचं की, आडवळणानं परंपरागत भ्रष्टाचार वरपासून खालपर्यंत हलकेच झिरपत राहिला पाहिजे. डेव्हलपमेंटला कमीत कमी धक्का लावून करप्शन बिनबोभाट पाझरत ठेवणं, हे आमचं काम! ही तारेवरली कसरत फार डोक्याची. म्हणून आम्हा बुद्धिमान लोकांची नेमणूक! सामान्य मतदारांस ही कसरत कळते आणि म्हणूनच तो शतकानुशतकं साचलेल्या भ्रष्टाचाराच्या थराकडे दुर्लक्ष करून ज्याला द्यायची त्यालाच मतं देत असतो. त्यात त्याचं हित असतं. ह्याच करप्शनच्या पाण्यात पोहत-पोहत देशाच्या प्रगतीला हातभार लावणं, हे काम आम्ही पोटार्थी एक व्यवसाय म्हणून करतो; तर हेच काम निवडून आलेले प्रतिनिधी जास्त जबाबदारीने करतात. त्याशिवाय सत्ता टिकत नाही. करप्शनचं हे उथळ पाणी कधी आमच्याही नाका-तोंडात जातं... नव्हे, ते जावंच, ह्या इच्छेमुळेच बहुधा आम्ही टिकून राहातो. उजळ माथ्यानं कोणताही अधिकारी असं मान्य करणार नाही, कारण त्याच्यावर जबाबदारी नसते. म्हणूनच लोकांची जबाबदारी घेऊन काम करणाऱ्या राज्यकर्त्यांची कधीही भीती वाटत नाही. खतरनाक असतात मात्र त्यांचे चमचे, जवळचे नातेवाईक. त्यांच्या हाती सत्ता येते. पण ह्या चमच्यांना निवडणूक हरण्याची भीती नसते. त्यांना टाळता येत नाही. त्याला धैर्य लागतं. हे धैर्य तुला मिळो, ही माझी प्रार्थना!

राधा : का? धैर्य का लागतं?

अजित : कारण हे लोक निवडून आलेल्यांचे विश्वासू खबरे! पुढे निवडून

यावेत म्हणून त्यांना आधीपासून पोसणारे... प्रसंगी आमच्या नरडीचा घोट घेणारे!

राधा : म्हणजे सुरेशसारखे? (अजित गप्प.) गप्प का रे? असे लोक म्हणजे सुरेशसारखे का? म्हणजे लहानपणाचा सख्खा मित्र, वडील खासदार म्हणून तुझा.. तुझा जीव घ्यायला निघालाय?

अजित : मी वर्णन भीषण केलं राधा; पण प्रत्यक्षात असं होत नाही. कृती फार चलाखीनं केली जाते. ॲनेस्थेशिया व्यवस्थित दिला जातो. नरडीचा घोट घेतल्याचं जाणवत नाही, कारण तुम्ही गुंगीत असता. बोंब ठोकता येत नाही, कारण तुम्ही बेशुद्ध असता. शुद्धीवर आल्यावर कळतं की, तुमची लांब अंदमानात बदली झालीय किंवा तुम्ही बरे झालाय, पण घरी कुणी तरी नव्या फ्लॅटच्या चाव्या आणून दिल्यात. कलर टी. व्ही., व्ही. सी. आर. अचानक घरी पाहुणे म्हणून आलेत. सगळ्या रंगांची सरमिसळ. आपला नेमका रंग शोधता येत नाही.

राधा : (हलकेच) मी जरा आतून वॉश घेऊन येते. आल्या-आल्या गप्पाच सुरू झाल्या बघ.

(राधा जाते. जॉगिंगच्या पोषाखात सुरेश प्रवेश करतो.)

सुरेशभाऊ : वाटलंच मला कलेक्टरसाहेब! अंदाज बरोबर निघाला. म्हटलं, चुकले फकीर मशिदीत भेटणार!

[फक्त दोघांवर प्रकाश. पडदा.]

अंक दुसरा

प्रवेश पहिला

[अंक पहिला जेथे संपतो तिथूनच दुसरा अंक सुरू. स्थळ तेच- यशवंतरावांचे घर. अजित-सुरेश समोरासमोर.]

सुरेशभाऊ : वाटलंच होतं मला! म्हटलं, चुकले फकीर मशिदीत भेटणार.

अजित : गप रे! चेष्टा काय करतो? आत पपा आहेत आणि राधा आलीय.

सुरेशभाऊ : आसं काय! ती कधी आली?

अजित : माझ्याबरोबरच! म्हणजे मी गेलोच होतो मीटिंगला. म्हटलं, एअरपोर्टवर जाऊन रिसीव्ह करून घेऊनच यावं. पपा तब्येतीमुळे जाऊ शकत नव्हते...

सुरेशभाऊ : व्हॉट ओ को-इन्सिडन्स! आयला, जवा राधा येती तवाच बरी आसती तुमची मीटिंग...! ओ.. दॅट्स ओके... ओके. जॉगिंगला बाहेर पडलो. एक निरोप द्यायचाच होता.... अरे, पपा आलेच की! (यशवंतराव येतात.) पपा, जरा काम होतं. तुम्ही बाहेर निघाले काय?

यशवंतराव : अरे, मीटिंग आहे बाबा... तुम्ही बसा ना. राधा येतेच आहे... कसला निरोप म्हणाले भाऊ?

सुरेशभाऊ : एक पोरगा आलाय पुण्याहून- अभय ममदापूरकर- रिसर्चसाठी. तुम्हाला भेटंल! तेवढी त्याला माहिती द्या.

यशवंतराव : द्या की पाठवून! बरं मग, निघतो मी. (जातात.)

सुरेशभाऊ : (शांततेचा भंग करीत) कधी आली राधा?

अजित : मघाशीच.

सुरेशभाऊ : फिगर कशी आहे? मागं होती तशीच, की आता सुटलीय रे?

अजित : आता आवरून येईलच की, तेव्हा बघ.

सुरेशभाऊ : पण तुमचं काय म्हणणं पडलं? कलेक्टरांचं म्हणून काही मत असेल की! पहिले तर आपणच बघितली. आणायला गेले होते

ना मीटिंग संपल्यावर!

अजित : गप रेऽ काय चेष्टा चालवलीय?

सुरेशभाऊ : बाई... मोठ्या डॉक्टर झाल्या....

अजित : हंऽऽ कम्युनिटी मेडिसिन की मास्टर ऑफ पब्लिक हेल्थ....

सुरेशभाऊ : आयलाऽ! केवढी होती नि आता डॉक्टर झाली, नाही?

अजित : हं.

सुरेशभाऊ : तुझं काय रे...?

अजित : माझं काय?

सुरेशभाऊ : तिचं-तुझं काय... म्हणजी नेमकं?

[स्तब्धता.]

अजित : तुझं-तिचं तरी नेमकं काय म्हणायचं?

[स्तब्धता.]

[दोघे नजर मिळताच मोठ्याने हसतात.]

सुरेशभाऊ : तुला जसं काही पूर्वीचं आठवत आसंल तिचं-तुझं....

अजित : किंवा आठवत असेल तुझं-तिचं... काय म्हणायचं रे, त्याला नेमकं... म्हणजे आपल्या संबंधांना?

सुरेशभाऊ : पाच तीन दोन, पण हुकमाची बोंब! अजून काही आहे काय तुझं?

अजित : माहीत नाही!

सुरेशभाऊ : माहीत पडणारच नाही. ती वस्ताद आहे. तयार आहे एकदम. म्हणूनच आम्ही तिला एक काम देणारोत.

अजित : तुम्ही म्हणजे, कुणी संस्था की स्वतःलाच आदरार्थी बहुवचनात समजताय?

सुरेशभाऊ : तेवढं कुठलं आपलं भाग्य कलेक्टरसाहेब! आम्ही साधी शेतकरी माणसं. कोड्यातलं बोलणं आम्हाला समजंना बघा. तर, आम्ही म्हणजी आमचं मेडिकल फाउंडेशन. फाउंडेशननी मेडिकल कॉलेज काढायचं इथं आणि त्याचं सगळं प्रॉजेक्ट राधानं बघायचं!

अजित : तू फाउंडेशनवर आहेस, मला माहीत नव्हतं!

सुरेशभाऊ : आसाया कशाला हवं? माझ्या आज्याच्याच नावानं आहे की! त्यांचा नातू म्हणून माझी काही ड्युटी आहे की नाही?

अजित : म्हणजे ऑफिशियली मेडिकल फाउंडेशनशी तुझा काहीही संबंध नसताना आजोबांच्या प्रेमापोटी तू हे करतो आहेस.

सुरेशभाऊ : वाद कसले घालतो रे? मुद्द्याचं बोल. काम करून घेतोय ना मीऽ

मग? मी त्याचा कुणी ट्रस्टी वगैरे असलो काय नि नसलो काय, काय फरक पडतो? इथे आमचं खासगी मेडिकल कॉलेज नाही, म्हणून आपण ते काढायचं. आता एकदा तसं ठरल्यावर त्याला मदत करायची, का प्रश्न विचारून खोडे घालायचे? अण्णा मला म्हणले, लक्ष घाल. त्यांची आज्ञा मी तरी डावलू शकत नाही.

अजित : हं! माझं म्हणणं इतकंच, तू काम कर; पण जबाबदारी घेऊन कर.

सुरेशभाऊ : तेच करतोय. उदाहरणार्थ- तुझ्या ऑफिसमधला एक्झिक्युटिव्ह मॅजिस्ट्रेट इंगळे! त्यांची जबाबदारी आम्ही घेतली. तुला ते इंगळे भेटतील. नवे मॅजिस्ट्रेट म्हणून बदलून आलेत. मधे सहा महिने सस्पेंशनवर होते, दोन वर्षांपूर्वी! त्यांचं कॉन्फिडेन्शियल रिपोर्टचं जरा काम करायचं म्हणजे सिनिऑरिटीचा प्रश्न निकालात निघंल.

अजित : अरे, पण हे नियमात बसणारं काम...

सुरेशभाऊ : नाही. म्हणूनच तुला सांगितलंय. नियमातील कामं कोण पण करेल; मग तुझा आम्हाला उपयोग काय? कशासाठी तुला इथं आणलाय? हे बघ, उगा डोळे वटारू नकोस. नीट समजावून घे इथली परिस्थिती. शिवाय मॅजिस्ट्रेट म्हणजी कामाचा माणूस. कधी पण उपयोगाला येतोय. तर, तेवढं इंगळ्यांचं काम करायचं.

अजित : बघतो.

सुरेशभाऊ : बघू नकोस! बघतो काय? अं? काम व्हायाला पाहिजे बघ.

अजित : ऑर्डर काय सोडतोयस? दर वेळचं आहे हे! हाताखालच्या अधिकाऱ्याचा कॉन्फिडेन्शियल चेंज करायचा- त्यात पूर्वी सस्पेंशनवरचा पास्ट असताना- म्हणजे भानगडीचं काम आहे. नीट केस बघितली पाहिजे. पुन्हा रिपोर्ट चेंज झाला म्हणजे सिनिऑरिटी बदलणार, म्हणजे वरचे ४-५ ऑफिसर्स वर कोर्टात जाऊन स्टे आणणार. ह्या अडचणी तुला काय समजणार? काम व्हायला पाहिजे म्हणणं सोपं आहे; उद्या सही माझी, मी अडकणार. तुला उंटावरून शेळ्या हाकायला होतंय काय! एकदा मैदानात उतर, म्हणजे समजेल. काम व्हायला पाहिजे म्हणे!
[स्तब्धता.]

सुरेशभाऊ : बोलायला गोड वाटत आसंल! आमची अशी कामं केल्यानं फायदा कुणाचा झाला, हो रे? मागं सिलिंगची जमीन सोडवून दिलीस. मोठी सोसायटी उभी राहिली. त्यात फ्लॅट कुणाचा झाला, माझा

का तुझा? हो रेऽऽ? परस्पर फ्लॅटचे हप्ते सोसायटीत जमा झाले. उद्घाटनाच्या दिवशी अण्णांनी स्वतः फ्लॅटच्या चाव्या अल्लद हातात ठेवल्या. ''ह्या भागात शिकलेला, इथल्या शाळंत लहानाचा मोठा झालेला, गरिबाचा पोरगा आज आमच्या जिल्ह्याचा कलेक्टर झाला; त्याचं कवतिक आपन नाय तर कोणी करायचं? आई-बापावेगळा वाढलेला हा पोरगा आज कलेक्टर झाला. बघायला आमचे थोरले अण्णा नि पेंडसे मास्तर हवे होते...'' असं भाषण देताना खासदारांना पुढं बोलवेना. त्यांनी फ्लॅटच्या चाव्या तुझ्या हातात दिल्या की माझ्या... हो रे? गावभर तुम्ही कुठंही जेवायला जाता; बिलं कधी भरलीत का कुठल्या हॉटेलात? सगळं परस्पर यथास्थित चाललंय तिच्या मायलाऽऽ तरी तुमच्या टेऱ्या वरच! उपकार करा साहेब नि कलेक्टरचा रुबाब आमच्यावर गाजवू नका! इंगळ्यांच्या कामाचं जरा समजावून घ्या. नियमातनं वाट काढा. केसचा अभ्यास पद्धतशीर करा. त्यांच्या बाजूनं काम झालं पाहिजे. समजलं काय जिल्हाधिकारी?

अजित : अशी जिल्हाधिकारी म्हणून हाक मारल्यावर काय म्हणून मी 'ओ' देऊ? तुमच्याच हाकेला सतत धावून जाण्यात वेळ जातोय माझा आणि त्याचा मोबदला मला मिळतो नव्हे, तो मी घेतो. फुकट नाही कामं करीत कोणाची. अत्यंत विचार करूनच हे करीअर मी पत्करलंय. स्वखुषीनं. कुणी जबरदस्ती नव्हती केली. पैसा कुणाला नको? माझ्याजवळ तर काहीच नव्हतं. आश्रित म्हणून वाढलो मी. प्रतिष्ठा आणि पैसा दोन्हीचं भारदस्त मिश्रण असलेलं हे करीअर. दोन्हीचा बौद्धिक तोल जो राखतो, तो यशस्वी अधिकारी. लोकसेवेच्या ध्येयाने वगैरेनी प्रेरित नाही. तुमचे थोरले अण्णा किंवा स्वातंत्र्यसैनिक आमचे आजोबा तसे असतील; मी तसा नाही. मी डोकं शाबूत असलेला आणि इथला घट्ट काळ्या मातीला मॅचिंग असे मातीचेच पाय असलेला पगारी नोकर आहे. सुरेशभाऊ, मी हे तुम्हाला अत्यंत प्रामाणिकपणे सांगतोय.

सुरेशभाऊ : रागावले तुम्ही आमच्यावर कलेक्टरसाहेब! आसं बघा- नीट ध्येनात घेतलं तर नियमाविरुद्ध काम नियमात बसविण्याचा मोबदला देण्याचा हा मामला. जरा घ्या सांभाळून. त्यासाठीच तर एवढा सगळा प्लॅन आखला..

अजित : कसला प्लॅन?

सुरेशभाऊ : प्लॅन म्हणजी आराखडा! दूरदृष्टीचा आराखडा. ही फोरसाईट आमच्या थोरल्या अण्णांची. कर्मवीर भाऊराव पाटलांच्या प्रेरणेनी त्यांनी इथे पब्लिक स्कूल काढलं. पैसा सहकारी साखर कारखान्याचा, म्हणजे शेतकऱ्याचा पैसा टनामागे कापला. पैले बोंब झाली पन थोरल्या अण्णांनी साऱ्यांना पटवलं. म्हणाले, शेतकऱ्यांची पोरं इथंच शिकली पाहिजेत, म्हणजी तीच पोरं उद्या ब्यूरोक्रॅट्स होतील. निवडून आलेला मंत्री याच भागातला, तर खात्याचा सेक्रेटरी-आय. ए. एस्. अधिकारी पण इथेच शिकून मोठा झालेला. आपली पकड कायम घट्ट राहिली पाहिजे. आता बघ, प्रत्येक सहकारी साखर कारखान्यात एक तरी इंग्लिश मीडियमची शाळा आसतीय. आसा प्लॅन आमच्या थोरल्या अण्णांचा.

अजित : आणि म्हणून सगळ्यांनी बळीचा बकरा पोसतात तसा शिकवत-शिकवत एक दिवशी मला आय. ए. एस्.च्या ट्रेनिंगसाठी मसुरीला ढकलून दिलंत! तेव्हापासून दोन्ही हात बांधून सत्तेच्या दगडावर डोकं ठेवून आहे.

सुरेशभाऊ : वेल! मे बी इट वॉज ए ट्रॅप इन् विच यू हॅव फॉलन्! बट् माइंड वेल, बाय युवर चॉईस! नाऊ यू हॅव टु वर्क फॉर अस्. आमचा माणूस म्हणून काम कर! हे बघ- तुझी जी काय पोझिशन, मान काय आसंल तो राखला जाईल...
[स्तब्धता. राधा चहाचा ट्रे घेऊन प्रवेश करते.]

राधा : अरेऽऽ सुरेशभाऊ! तू... कधी आलास?
[स्तब्धता.]

सुरेशभाऊ : आयला... राधा, फिगर होती तशीच की गं. जाड नाय झालीस?

राधा : (चहा देत) चहा घे. आल्या-आल्या लक्ष माझ्या फिगरकडेच गेलं तुझं!

सुरेशभाऊ : जिथं जायला पाहिजे तिथे गेलं! का हो कलेक्टरसाहेब? आयलाऽ यशवंतराव गेले ना बाहेर? नाही तर होतीय आमची बिन पाण्यानं! गप्प का पडले जिल्हाधिकारी?

अजित : विचार करतोय. कारण तेच करण्यासाठी आम्हाला तुम्ही आणलंय... त्यामुळे गप्पच बसावं लागतं आणि गप्प पडून विचारांना धार येते. तुमची कामं कशी करावीत, ह्याची अक्कल सुचते.

सुरेशभाऊ : रागावतो किती गं हा राधा, नाही? पूर्वीची खोड त्याची आय. ए. एस. झाल्यावरही गेली नाही.

राधा : का रे, रुसलास? तुला ह्यांनी प्लॅन करून इथे कलेक्टर म्हणून बदलून आणला...

सुरेशभाऊ : नाही. अगं, हे म्हणतात, आम्ही त्याचा बळीचा बकरा केला!

अजित : स्टॉप इट्! फार झालं...

[स्तब्धता. तिघे चहाचे घुटके घेतात.]

मी जातो. मला ऑफिसची कामं आहेत.

(एकदम निघून जातो.)

राधा : गेला! रुसका आहे, होता तसाच. जरा चेष्टा खपत नाही.

सुरेशभाऊ : बोला आता; कटला तो!

राधा : तू गेला की तो हेच म्हणतो– 'कटला तो' म्हणून.

[दोघे हसतात. राधा एकदम गप्प.]

सुरेशभाऊ : बोल ना... गप्प झालीस एकदम...?

राधा : काय बोलू मी? आता तर आले. तू भेटलास...

सुरेशभाऊ : बघ– पुन्हा गप् झालीस.

राधा : अरे, खरंच सुचत नाही. असं बोलायचं म्हणून थोडंच बोलता येतं? तशी न बोलता बघतेच आहे की तुला... बऱ्याच वर्षांनी... होता तसाच आहेस बघ... दांडगोबा नुसता!

सुरेशभाऊ : मी... मी बोलू? अं... आयलाऽ हे बघ, आपलं बोलणं म्हंजी एकदम मुद्द्याचं...तुझं नक्की ठरलंय नं?

राधा : काय?

सुरेशभाऊ : काय म्हंजी... इथं मेडिकल कॉलेजमधी काम करन्याचं?

राधा : असं का विचारतोयस? तुला खात्री नाही वाटत? मी काय उगाच अमेरिकेत गेले, आई आजारी असताना? आपलं इथलं कॉलेज मॉडेल ठरलं पाहिजे.

सुरेशभाऊ : ते तू बघ. आमचं काम पैशाची व्यवस्था करणं! आता आजच तू आलीस. एक–दोन दिवस आपन थांबू हवं तर. मग मात्र जरा घाईनंच काम उरकावीत. सगळं प्रोजेक्ट नीट बघून घ्या. पुढच्या मीटिंगच्या वेळी तुझी रीतसर निवड करून टाकू आपण! काय? आपल्या फाउंडेशनच्या मेडिकल कॉलेजची पहिली डीन तू! काय हवं ते मागून घे; सगळ्याच्या इम्प्लिमेंटेशनची जबाबदारी मात्र तुझी!

काय, समजलं ना?

राधा : कळलं रे! कितीनदा सांगतोस!
[स्तब्धता]
का रे, गप्प झालास?

सुरेशभाऊ : ह्या कलेक्टरचं एकदा पाहिलं पाहिजे बघ! इथे बदलून आणल्यापासनं जे रुसलंय, जे रुसलंय... आय जस्ट डोन्ट नो व्हॉट्स इटिंग हिम? प्रत्येक कामात तिच्यायला आडवं घालतोय. अगं, सख्खा मित्र आपला. पाठच्या भावासारखा. वाद तरी कसा घालू त्येच्याबरोबर? तू तरी विचारून बघ. आस्क हिम व्हॉट्स राँग?

राधा : कसे रे तुम्ही? भांडता कसले? आणि मी मध्यस्थी तरी किती दिवस करायची?

सुरेशभाऊ : दोनाचे चार होईस्तोवर. आता आलीच आहेस, तर बॅडमिंटन सुरू करू. राधाबाई, कलेक्टरसाहेबांना पण घेऊ. ते चॅम्पियन होते ना!

राधा : वंडरफुल! मी शटल्स् आणलीत ना तिकडून! कोर्ट कसं आहे कॉलेजचं?

सुरेशभाऊ : फर्स्ट क्लास! गुदस्ता वुडन कोर्ट करून दिलं कॉलेजला! बरं, आता निघतो मी. आयलाऽ तू आजच आली नि लगेच धावपळ चालू. पड जरा. प्रवासानं दमली असशील.
(जाता-जाता थबकून)
बरीच वर्षं झाली, मनात एक शंका राहिलीय बघ. तू म्हणशील येडा आहेस... पन राहवंना... अजित तुमच्या घरी वाढला. म्हंजी, आपण बरोबरच आसायचो. त्याची राहणी सगळी तुमच्या घरच्यासारखी. तुझ्या आईच्या धाकात असायचा... आता विचारावं कसं... म्हंजी मी एकदा विचारलं अण्णांना... तशी जाम भडकले माझ्यावर... तुमच्या घरी त्याला कोणी आणला?

राधा : थोरल्या आण्णांनी. का?

सुरेशभाऊ : कोण म्हणलं तुला?

राधा : पपाच म्हणाले एकदा की, अजित असा आला. त्याला कोणी नाही म्हणून राहिला घरी. मी एकटीच म्हणून सोबतीला तो असायचा. आठवीपर्यंत आमच्या घरी होता, मग स्कूलच्या डॉर्मेटरीमध्ये. तरी अधून-मधून सुट्टीला यायचा घरी.

सुरेशभाऊ : ते ठीक; पण त्याचे आई-वडील कोण? कधी पत्ता लागला नाही?

त्याला कधी ते समजावं, असं वाटलं असंल का नसंल? का ह्या भागात बदलून आल्यावर तीच शंका सारखी मनात घुमती आणि त्येचा परिणाम म्हणून त्याची चिडचिड वाढलीय... काही कळंना.

राधा : असेल! पूर्वी नाही, पण आता ह्या वयात नक्की विचार पडला असणार– आपण इथे आलो कसे? कोणी आणून थोरल्या अण्णांच्या हातात आपल्याला ठेवलं? डोक्यात गोंधळ उडाला असणार त्याच्या आणि आता आपल्याही डोक्यात त्रास! सुरेश... (एकदम गप्प होते.)

सुरेशभाऊ : एऽऽ आगं, काय झालं? बोल की... गप्प का झाली?

राधा : सुरेशभाऊ, पपांचा सारखा आग्रह चाललाय लग्नाचा. तुझं तू ठरव नाही तर स्थळ पाहातो म्हणतात. मी जाताना आई होती, आज आले तर ती नाही...

[राधा बोलताना आईच्या फोटोपाशी. योग्य संगीत आणि प्रकाश. सुरेशभाऊ दिसत नाही. फक्त राधावर प्रकाश.]

राधा : मला रडायला येतंय सुरेश! असे कसे रे तुम्ही दोघं? आहात तिथेच उभे आहात. कोणी एक घर चाललं नाही, की अडीच घर सरकलं नाही. लग्न करून एकाची झाले तरी कोण जिंकेल, कोण हरेल? आठवणींच्या स्पर्शाचा हा ओरबाडत-ठेचकाळत प्रवास! कसला रे हा जीवघेणा खेळ...

[राधा रडवेली. अंधार.]

अंक दुसरा
प्रवेश दुसरा

[यशवंतरावांचे घर. सकाळ सूचित होणारे रेडिओवरील संगीत. ते फायली बघत बसलेत. दबकत उठतात. टेबलापाशी जाऊन हळूच पाईप पेटवण्याच्या प्रयत्नात असतानाच पाठीमागे राधा येऊन उभी राहाते. बॅडमिंटन खेळण्याच्या पोशाखात. राधा विचारमग्न, गंभीर आहे. तिला बघताच यशवंतराव गडबडीत पाईप लपवण्याचा प्रयत्न करतात.]

यशवंतराव : तू आहेस, हे कधी लक्षातच राहत नाही आणि अशी फजिती होते माझी! रोज नाही ओढत पाईप... पण अगं, जित्याची खोड, ती मेल्याशिवाय कशी जाईल?

राधा : वाट्टेल ते काय बोलता पपा! मी असताना बरी तुम्हाला मरू देईन? सकाळी उठून वाट्टेल ते बोलता!

यशवंतराव : बरं, चुकलं आमचं... आय् ॲम् सॉरी... अच्छा, परत बॅडमिंटन सुरू करतीयस वाटतं?

राधा : हो...आता येऊन दोन महिने होतील. दिवसभर मेडिकल फाउंडेशनच्या ऑफिसमध्ये बसूनच कामं असतात. व्यायामच होत नाही.

यशवंतराव : नाही, जा तू... पण काय ठरवलंयस?

राधा : कसलं?

यशवंतराव : कसलं काय? लग्नाचं... हे बघ, तुझं वय वाढतंय बेटा.

राधा : तुम्हाला... माहितीय... माझी अडचण. मला चॉईस करायला खूप... त्रास पडतोय.

यशवंतराव : अशी निवड शेवटी करावीच लागते राधा. अशा निवडीशिवाय सुटका नाही. शंभर टक्के मनासारखी निवड होत नाही. नीट विचारपूर्वक, पण लवकर निर्णय घे बेटा!

राधा : माझे वडील म्हणून तुमचं काय म्हणणं आहे?

यशवंतराव : वास्तविक प्रश्न तुझा आहे, उत्तरं तूच शोधायचीस. आज मालती नसल्यानं मला... खरं तर तुझी फार जबाबदारी वाटते. जोखीम वाटते. बाप म्हणून मला वाटतं की, दोन्ही मुलं हुषार आहेत, निर्व्यसनी आहेत. तुलाच त्यांची जास्त माहिती आहे. आता वयात तसं अंतर नाही. सारख्याच वयाची तुम्ही मुलं..

राधा : पपा, मुद्द्याचं बोला, मुळमुळीत बोलू नका. लहानपणापासून बरोबरीत वाढलेले माझे दोन मित्र माझ्या प्रेमात पडलेत. एकाची मला निवड करायचीय, कारण जनरीतीला मान द्यायचाय. मला निवड करताना त्रास होतोय. गोंधळ उडतोय. ह्या दोघांच्या अनेक आठवणी माझ्या मनात आहेत. काही घटनांच्या निर्मळ आठवणी आहेत, तर काही आठवणींचे स्पर्श माझ्या अंगावर आहेत...

यशवंतराव : राधा ऽऽ

राधा : हो पपा, म्हणून निवड अवघड आहे. आठवणींना स्पर्शाची झालर मिळाली की गुंता वाढतो. रंग गडद होतात. म्हणून म्हणते, एका कलेक्टरची बायको होऊन गावोगाव भटकलेलं तुम्हाला चालेल, की शहाण्णवकुळी खासदाराची सून म्हणून डोक्यावर पदर घेणं तुम्हाला आवडेल?

यशवंतराव : जातीचं तसं काही नाही. माझी मतं जुनाट नाहीत. आता तू मत विचारतीयस म्हणून सांगतो, कलेक्टरची बायको होऊ नकोस.

राधा : का? फिरतीची नोकरी म्हणून?

यशवंतराव : हां, तसं समज...

राधा : पपा, हे वरवरचं कारण झालं. खरं तर घरात आश्रित म्हणून वाढलेला बेवारशी मुलगा तुम्हाला जावई म्हणून पसंत नाही...

यशवंतराव : तू विचारलंस म्हणून मी माझं मत दिलं. हवा तो निष्कर्ष तू काढू शकतेस.

राधा : समजा, मी त्यालाच निवडलं तर?

यशवंतराव : असा अविचार तू करणार नाहीस याची खात्री आहे मला.

राधा : तुमच्या मनाविरुद्ध निर्णय मी घेतला, तर तो अविचार होतो पपा?

यशवंतराव : (भडकून) तू त्याच्याशी लग्न करू नकोस- कळलं? त्यात तुझं हित नाही. अगं, तू करीअर करणार कशात?

राधा : माझ्या फील्डमध्ये. खासगी मेडिकल कॉलेज कॉम्प्लेक्स मला

डेव्हलप करायचाय. रूरल हेल्थमध्ये मला प्रॉजेक्ट्स करायचीत.

यशवंतराव : मग त्याकरता तुला जास्त उपयोगी कोण पडणार? बदली होणारा कलेक्टर, की खासदाराचा मुलगा? हे बघ, करीअर करायचं असेल तर विचार व्यावहारिक हवा. मला मनापासून वाटतं, सुरेश योग्य आहे. तो आपल्या जातीबाहेरचा असला, तरी मला चालेल.

राधा : अजितच्या नावाला तुमचा एवढा विरोध का?

यशवंतराव : हो, माझा त्या लग्नाला विरोध असेल... कारण म्हातारपणी मी एकटा. मला माझी मुलगी ह्या गावात राहायला हवीय. ती नोकरीसाठी नवऱ्याबरोबर दारोदार फिरायला नकोय. तिला स्वतःचं स्थान हवं आणि ते या गावात तिला मिळू शकेल.

राधा : तुम्ही मनापासून बोलत नाही पपा. तुमच्याकडे बघताना वाटतं, विरोधाचं खरं कारण तुम्ही दडवताय.

यशवंतराव : वडील म्हणून माझं मत विचारलंस, म्हणून सांगितलं.

[गाडी येऊन थांबल्याचा आवाज येतो. हॉर्न वाजतो. मोटारीचे इंजिन चालूच राहाते.]

राधा : आता खेळायला जायला जरी सुरेश बरोबर असला, तरी पपा, मी लग्न अजितशी करू शकते... त्याच्याशी करीनच असं नाही... पण अजितच्या विरोधाचं तुमचं कारण मात्र साफ खोटं. खरं कारण तुम्ही माझ्यापासून दडवताय.

[परत हॉर्न वाजतो. राधा रॅकेट घेऊन जाते. मोटारीचे दार उघडून वाजल्याचा आवाज. मोटार दूर निघून जाते.. यशवंतराव मालतीच्या फोटोपाशी एकटे उभे. फोटोकडे पाहत राहतात. स्तब्धता.]

यशवंतराव : (स्वगत) सांगू मी तिला कारण? काय वाटेल तिला... खरं तर त्याला? अजितला! खरं तर आमचं चुकलंच. ही मुलं वयात येतानाच त्यांना सांगून टाकायला हवं होतं. भलतं करून बसली राधा आणि केलं अजितशी लग्न तर? नाही, माझ्या मनाची तयारी नाही. मला हे सहन होणार नाही. एकुलती एक मुलगी... अशी अवघड जीवघेणी परीक्षा... मालती, चित्रातून बोल... आवाज नाही ऐकू आला तरी ओठ तरी हलव... ह्या तीन पोरांच्या नात्याचा फार चोथा झालाय. नुसती मनाची नाती वेगळी होऊ शकतात; ह्या पोरांची नाती स्पर्शाची आहेत. ती चिरकाल टिकतात. लग्न हे एकच उत्तर त्याला असू शकत नाही. त्यांच्या आठवणींत स्पर्श मिसळलेत

मालती. ही पिढी बदलली. ह्या स्पर्शाची कबुली आपली मुलगी बिनधास्तपणे बापाकडे देतीय! तिची मान ताठ आहे, तिची मतं स्वच्छ आहेत; घोटाळा आपण केला. अजितच्या विरोधाचं कारण सांगायला आपल्याला धैर्य नाही झालं!

[मालतीच्या हार्मोनियमचे किंवा गाण्याचे सूर रेंगाळतात. यशवंतराव सुन्न. अंधार.]

अंक दुसरा
प्रवेश तिसरा

[उजेड. सुरेशभाऊंचे घर प्रकाशात. अभय ममदापूरकर खुर्चीत बसलेला. अंक १ प्रमाणे. गडी वाटेल असा अंक १ मधील तरुण फोन फिरवतो. फोनवर यशवंतरावांचा आवाज ऐकू येतो. शक्य झाल्यास त्यांचा चेहरा क्लोजअप्सारखा दिसावा.]

गडी : हॅलो ऽ ऽ कोण, पपा का?

यशवंतराव : हो! कोण?

गडी : मी सदा बोलतो पपा, बंगल्यावरून. तुम्हाला अर्जंट निरोप आहे. अण्णा येतायत दिल्लीवरून... नाही, गाडी पाठवायची व्यवस्था केलीय भाऊंनी. तुम्हाला बोलावून ठेवा, असा निरोप दिला अण्णांनी– म्हणून लावला फोन.

यशवंतराव : अरे, आत्ताच त्यांची आठवण निघाली होती, तोच तुझा खासदार दिल्लीवरून येत असल्याचा फोन आला. बरं, कॉलेज काय म्हणतंय तुझं? जातोस ना कॉलेजात, की घरचीच कामं करीत बसतोस?

सदाशिव : अवो, जातोय की कॉलेजात. सुट्टीवर आलतो पपा!

यशवंतराव : ह्या वेळा जरा अभ्यासात ध्यान द्या सदाशिवराव! मागच्यासारखे विषय नको राहायला यंदा. काय? बराय मग, येतो खासदार आल्यावर. ठेवतो फोन.

[यशवंतराव फोन बंद करतात. सुरेशभाऊंचे घर प्रकाशात.]

अभय : हे दोन्ही कसं जमतं तुम्हाला सदाशिवराव? म्हणजे इथं घरी नोकरी करायची, कॉलेज पण शिकायचं...

सदाशिव : घोटाळा नका करू साहेब. मी गडी नाही, मी घरचंदेखील काही काम बघत नाही. आता ह्यात तुमची काही चुकी नाही म्हणा! आयला,

चुका झाल्यात त्या आमच्याच!

अभय : कसल्या चुका झाल्या तुमच्या हातून?

सदाशिव : अवो, विषय राहिले माझे! अभ्यासावरचं लक्ष उडालं, तशी आमचे अण्णा जाम भडकले...

अभय : अण्णा... म्हणजे आपले खासदार?

सदाशिव : नाय तर दुसरे कोण?

अभय : म्हणजे तुम्ही...

सदाशिव : मी सदाशिव धोंडे-पाटील, खासदारांचा धाकला मुलगा. सुरेश माझे वडीलभाऊ.

अभय : कमाल झाली...! स्वतःच्या घरी असं हे गड्यासारखं काम करायचं?

सदाशिव : काय करणार! आयलाऽ अभ्यास नाय केला ना! नापास होत राहिलो. मग अण्णांनी मला भाऊंच्या ताब्यात दिलं. भाऊ म्हणाले, "सदा भडव्या, तू गड्यासारखा राहा! त्याशिवाय अक्कल नाय येयची!" म्हणून आता कॉलेजला सुट्टी पडली की येतो इकडं. आता तुम्ही जेव्हा मागच्या वेळी आलता, तेव्हा पण सुट्टी नव्हती. भाऊकडं खूप शिकायला मिळतं. मुख्य म्हणजी, तुम्हा लोकांबरोबर कसं बोलावं त्येचं ट्रेनिंग मिळतं. मॅनर्स कळत्यात. बिअर कुनाला द्यावी, रमचं कसं काय करावं- सगळं अगदी पद्धतशीर. माझी बघा इंटर्नशिपच चालली म्हणा ना! आता पास झालो ना आणि भाऊंना वागणं पसन्त पडलं, तर पुढच्या सुट्टीत चालले आम्ही सिंगापूरला! मला प्रॉमिस दिलंय भाऊंनी! तुम्ही गेला काय कधी सिंगापूरला?

अभय : छे: छे! सिंगापूर कसलं, साधं शिंगणापूरसुद्धा अजून बघितलं नाही.

सदाशिव : मग हाँगकाँग?

अभय : छे! काही तरी काय विचारताय सदाभाऊ? फिरकी घेताय आमची!

सदाशिव : जायाला पाहिजे एकदा... आमच्या कारखान्यातल्या दोन-तीन फोरमनची पोरं दुबईला गेलीत. ती येतात ना सुट्टीत! आयला, काय काय आणतात! रँग्लरच्या जीन्स्, नायकीचे शूज, जर्सीज्... पुन्हा आमची राधाताई आहे ना राधाताई, ती काहीबाही सांगत आसती अमेरिकेच्या गमती. आयला, तिनं नशीब काढलं. जॉन हॉपकिन्समध्ये शिकली! होऽऽ!

अभय : अजून लग्न नाही झालं सुरेशभाऊंचं?

[स्तब्धता.]

सदाशिव : काही म्हटलं तुम्ही आता?

अभय : म्हटलं, आता तिशी आली तरी सुरेशभाऊंचं लग्न नाही झालं?

सदाशिव : आसं बघा, आमच्या भाऊंचं लग्न आणि तुमचा थेसिस ह्याचा संबंध असलाच पाहिजे; नाय का? त्याशिवाय तुम्ही असल्या चौकशा कशाला करताल?

अभय : मी आपलं ओघात आलं म्हणून विचारलं. सहज. भाऊंचं नाही झालं. कलेक्टरसाहेबांचं पण नाही लग्न अजून.

सदाशिव : तुम्ही इथं रिसर्चला आले पाहुणे, की लग्न जमवायला आले? आसं बघा, ज्येची त्येची सटवाई काहीबाही लिवून ठेवत असती. त्ये वाचायच्या आपण नाही फंदात पडू. आपलं वागणं कसं असावं-तर एकदम पद्धतशीर, सुसंस्कृत! निदान आम्ही तरी कुणाकडं गेलो तर असं वागतो. तुम्हाला सांगतो, मी जर आसा प्रश्न विचारला ना भाऊंना, तर एकदम हकालपट्टीच आमची! सिंगापूर कॅन्सल...!

अभय : सॉरी... मला कल्पना नाही आली...

सदाशिव : जाऊ दे ना. संपलं म्हटलं ना एकदा. तो विषय कटाप. तुमच्या कामाचं कुठवर आलंय?

अभय : उरकत आणलंय. आता माझी इथे येण्याची तिसरी-चौथी खेप असेल. आता अनायसे खासदारसाहेब येतातच आहेत, त्यांची मुलाखत मिळाली तर फार बरं होईल. त्यांची भेट मिळवून द्या सदाभाऊ.

सदाशिव : त्येंची काही खात्री नाय देता येत अभयराव. फार गडबडीचं काम त्येंचं. आत्ता... तुम्हाला सांगायचंच राहिलं. टी. व्ही. झाला बरं का दुरुस्त. कार्यक्रम स्पष्ट दिसाया लागलेत. तर काय सांगत होतो, आता आमचे अण्णा यायचेत तवा बिअर नका मागू. नाय तर बरं का हो, करताल आमची बिनपाण्यानं! त्येंना इतरांनी पण प्यायलेली चालत नाही. तवा घोटाळा करू नका. आली दोन दिवसांत लहर तर थर्मास् अपमध्ये द्या थोडी अल्लद रम सोडून. काय? आवो, दृष्टिआड सृष्टी! पत्ता नाही लागणार कुणाला गेस्ट हाऊसवर!

अभय : सदाभाऊ, मी नेहमीच्या घेणारातला नाही. ते असो. मी जरा विचारीन म्हणत होतो...

सदाशिव : बोला... संकोच नका करू...

अभय : परवा कारखान्याच्या रेकॉर्ड रूममध्ये संदर्भासाठी जुने कंपनी रिपोर्ट्स वगैरे चाळत होतो. तिथे एक छोटी जुन्या वर्तमानपत्रातील कात्रणांची फाटकी फाईल सापडली. कारखान्याबद्दल काय काय छापून आलेलं आहे! जुन्या काळचं. त्यात हे कात्रण सापडलं. खूप जुनी बातमी आहे म्हणजे, थोरल्या अण्णांच्या वेळची. म्हणजे वाचून दाखवतो हं... 'मारुती कांबळेचा अजून शोध चालू' अशी हेडलाईन आहे आणि बातमीत म्हटलंय, ''अद्याप मारुती कांबळे ह्या ४५ वर्षांच्या निवृत्त जवानाचा शोध लागला नाही. मारुती कांबळेच्या घरी चौकशी करण्याकरता वार्ताहर गेला असता, खोपटाला कुलूप असल्याचे दिसले. त्याची पत्नी माहेरी निघून गेल्याचे शेजारी म्हणत होते. कारखान्याच्या पंचक्रोशीत या प्रकरणाची चर्चा सर्वत्र चालू असून, मारुती कांबळे हा दलित असल्याने ह्या प्रकरणाला वेगळाच रंग येणार, असे दिसते. कारखान्याचे चेअरमन हिंदुराव धोंडे-पाटील ह्यांचे आणि मारुती कांबळे यांचे संबंध फारसे चांगले नसल्याचे दलित वस्तीत बोलले जात आहे. दरम्यान, गावातील लोकप्रिय होत असलेला दलितांचा नेता कांबळे अचानक गायब झाल्याने निषेध म्हणून स्वातंत्र्यसैनिक पेंडसे मास्तर कचेरीसमोर उपोषण सुरू करणार आहेत. हे प्रकरण सी. आय. डी.कडे जावे म्हणून मास्तर प्रयत्नशील आहेत. एकूण, हे प्रकरण हिंदुरावांना जड जाणार, असे सर्वत्र बोलले जात आहे.'' वगैरे वगैरे. कमाल झाली! (फोटो दर्शवीत) ह्या मास्तरांनी म्हणजे आपल्या अजितरावांच्या आजोबांनी उपोषण केलं होतं? थोरल्या अण्णांच्या विरोधात जाऊन?... मी आपलं सहज वाचलं. संदर्भ लागेना...कोण होता हा मारुती कांबळे? त्याला कुणी पळवून नेलं होतं? की आत्महत्या वगैरे...

[स्तब्धता.]

सदाशिव : (फाईल उचलत) कधी मिळाली फाईल?

अभय : कालच...

सदाशिव : रेकॉर्डरूममधी जायाला परमिशन कुणी दिली?

अभय : यशवंतरावांनी!

सदाशिव : माझ्याआधी ह्या प्रकरणाची चर्चा कुठं कुठं केली तुम्ही?

अभय : छे, कुणाजवळ नाही. मी कसा बोलेन? मला संदर्भच लागेनात. मी परस्पर घेऊनच जाणार होतो. पण म्हटलं, भाऊंना विचारून न्यावी ही फाईल... मग मी नेऊ फाईल?

सदाशिव : आता आणलीच आहे तर भाऊंना दाखवून घेतो, म्हंजी पद्धतशीर उलगडा होईल साऱ्याचा! कात्रण झेरॉक्स नाय ना केलं?

अभय : नाही... तसा वेळच नाही मिळाला.

सदाशिव : त्ये बरं केलंत. ऱ्हाऊंद्या आता फाईल इथं..

[मोटार पोर्चमध्ये थांबून दार उघडून बंद झाल्याचा आवाज येतो. अजित प्रवेश करतो. त्याला बघता क्षणीच अभय दचकतो.]

अजित : भाऊंना सांग, मी आलोय म्हणावं...!

सदाशिव : भाऊंना? म्हंजी कमाल झाली... तुम्ही पण गेलाता ना संगं?

अजित : कुठे?

सदाशिव : अवो, भाऊ बॅडमिंटनला जातो म्हणून गेलेत रॅकेट घेऊन. तुम्ही आणि राधाताई सोबत आहात म्हणत होते.

अजित : आज रविवार असून गेलेत खेळायला...?

[स्तब्धता.]

सदाशिव : तुम्ही गेला नाही काय सोबत?

[स्तब्धता.]

अजित : कुठे?

सदाशिव : बॅडमिंटन...

अजित : अंऽ नाही गेलो!

सदाशिव : गाडी घेऊन निरोप देऊन येऊ काय?

अजित : नको... अरे, खेळायला गेलेत भाऊ! गेम लवकर संपेल न संपेल! एकदा खेळ रंगला की, रंगला बघ... बरं, अण्णा यायचेत वाटतं? मघा एक एलआयबीचा माणूस सांगून गेला. (अभयला पाहातो) अरे! तुम्ही इथेच? फाईल दिली ना भाऊंना?

(सदाशिव चकित. मुद्रा गंभीर.)

अभय : ही काय, देण्यासाठीच आलो होतो. तुमच्या घरनं थेट इथेच येतोय.

अजित : (सदाशिवला बाजूला घेत) ही फाईल लवकर भाऊ नाही तर अण्णांना दाखव. कळलं का? निघतो मी.

[मोटारीचे दार लावल्याचा आवाज. मोटार निघून जाते. सदाशिव

आणि अभय स्टेजवर.]

सदाशिव : तुम्ही एकदम तयार निघाला साहेब! ही फाईल आधी कुणाला दाखवली नाही, आसं मघा बोलला! आता कलेक्टरसाहेबाकडे आधी झक मारून तुम्ही इथं आलाय, आसं काही तुमच्या थोबाडावरून वाटत नाही. आनि चेहरा मनाचा आरसा जरी असला, तरी मनातला इचार समजण्याचा कॉम्प्यूटर आपल्याला घावला नाही.

अभय : नाही... आपला काही तरी गैरसमज.....

सदाशिव : गैरसमज आमचा झालाय साहेब. थम्स् अप आणू काय ग्लासात?

अभय : नको. हे बघा...

सदाशिव : येणारा सुसंस्कृत आसतोय, अशी आपली आमची समजूत होती साहेब; आपण घोटाळा केलात! काय हवं-नको ते मागून घ्या साहेब. संशोधन जोरात करा, पण असे घोटाळे करू नका. त्यानं आपलं नाव जातं साहेब! लोक नावं ठेवतात. एकदम तयार निघाले तुम्ही...

[स्तब्धता.]

अभय : मी थोडं बोलू का? तुमचा गैरसमज झालाय. मागे कलेक्टरसाहेबांशी जेव्हा माझी चर्चा झाली तेव्हा मी म्हटलं की, ह्या कारखान्याची सुरवातीची प्रतिमा कशी होती? तर त्यांनीच- स्वतः अजितसाहेबांनी मला सल्ला दिला की, कारखान्याची रेकॉर्डरूम बघा. त्यात वर्तमानपत्राची जुनी कात्रणं असतील, त्यांचं परिशीलन करा.

सदाशिव : काय करा?

अभय : परिशीलन करा, म्हणजे नीट पद्धतशीर अभ्यास करा. म्हणून मी रेकॉर्डरूम पालथी घातली. त्यात ही फाईल सापडली. त्यामधले संदर्भ मला कळेनात. आता आधी कोणाला विचारावे, असा विचार मी केला आणि ठरवलं की, ज्यांनी मला रेकॉर्डरूम बघण्याचा सल्ला दिला त्यांना- म्हणजे अजितसाहेबांना विचारावं. म्हणून प्रथम त्यांच्याकडे गेलो. इतकी जुनी कात्रणं मिळवून मला काय करायचंय? सहज गंमत म्हणून कात्रणं वाचीत गेलो, त्यात ह्या प्रकरणाची माहिती मिळत गेली. त्यामुळे उत्सुकता चाळवली साहेब. म्हणून काही प्रश्न उभे राहिले, केवळ कुतूहल म्हणून. त्यात कोणताही विपरीत हेतू नाही साहेब.

[स्तब्धता.]
तुम्हाला माहीत असेल तर सांगा... उत्सुकता म्हणून... कोण होता मारुती कांबळे? त्याचा खरंच खून... वगैरे झाला...
[स्तब्धता.]
[सदाशिव न बोलता फाईल घेऊन आत जाताना म्हणतो-]

सदाशिव : या... मग! या आता तुम्ही!
(अभय उठून जाऊ लागतो. अंधार.)

अंक दुसरा
प्रवेश चौथा

[उजेड. स्थळ तेच. काही वेळ गेल्याचे जाणवावे. खासदार अण्णासाहेब धोंडे-पाटील येरझारा घालीत आहेत. यशवंतराव बसलेत. सदाशिव चहाचा ट्रे घेऊन आत चाललाय. तो आत जाऊन ट्रे ठेवून येतो. मागे फोनपाशी बसतो.]

अण्णासाहेब : (येरझारा घालीत) यशवंता, दिल्लीचं काही समजंना झालंय बघ. समदं वातावरणच आयलाऽ बदलून गेलंय! आता मान्य आहे, नवी विटी आली की नवं राज्य येनार! आम्हीच आम्हाला पाहुणे झाल्यागत वाटतं दिल्लीत. फर्डे इंग्रजी बोलनाऱ्या नव्या पोरांची वर्दळ वाढलीय. उत्तम चालणाऱ्या कारखान्यातला एखादा हुषार अधिकारी उचलतात आनि आमच्या बोडक्यावर हाणतात. पुढारीपण आसं लादता येत नाही येशवंता. पुढारी कसाबी आसंल- अगदी यडाखुळा, बावळा, भ्रष्टाचारी- पन त्येच्या अंगाला ह्या मातीचा वास यावा लागतो. त्याच्या जीवावर निवडणुकीचं राजकारण जमतं. पद्धतशीर सगळं ताब्यात राहातं. आताच्या ह्या दिल्लीच्या मंडळींच्या अंगाला इंपोर्टेड सेंटचा वास. खरं सांगतो तुला, आपल्या पिढीचे दिवस आता संपले. आपल्या पोरांनी आता राजकारण केलं पाहिजे. त्येंचं अन् ह्या लादलेल्या पुढारी मंडळींचं जमंल बघ. वरच्या राज्याची पिढी बदलली की, प्रत्येक क्षेत्रात नवी पिढी येनार- मग तो पक्ष असो, सहकारी कारखाना असो, नाय तर प्रायव्हेट इंडस्ट्री असो! प्रत्येक ठिकाणी लोक आपली पोरं घुसवत्यात बघ आपल्यावर. तुला सांगतोय, दिल्लीचा पगडा जबरदस्त आहे. आपले दिवस आता संपत आले रे बाबा. बरं, मला सांग येशवंता- हे डून स्कूल, डून

स्कूल काय भानगड आहे?

यशवंतराव : भानगड काही नाही अण्णा. आपल्या साखर कारखान्याच्या पब्लिक स्कूलसारखी एक डेहराडूनमधली पॉश शाळा. हल्लीची बरीच नेतेमंडळी ह्या शाळेचे माजी विद्यार्थी म्हणून जरा कौतुक चाललंय, इतकंच!

अण्णासाहेब : गंमत बघ यशवंता, आपल्या वेळी पुण्याच्या न्यू इंग्लिश स्कूल, नू.म.वि.चा दरारा असायचा. टिळकांनी काढलेली शाळा म्हणून पुण्याच्या शाळेचा दरारा. आणि आता स्वातंत्र्यानंतर राज्य करणारी पिढी शिकली कुठे, तर साहेबांनी काढलेल्या शाळेत! म्हणजी देश स्वतंत्र झाला आन् गांधीचा चरखा फिरवणाऱ्यांची पोरं मात्र शिकली साहेबांनी काढलेल्या शाळेत! दिवस फिरले यशवंता. बरं झालं, आपली आपन इंग्रजी शाळा काढली कारखान्यावर. आपली पोरं तरी शिकली इंग्रजी. ही नवी आलेली पोरं बरं का, त्येंना बेरजा नाय करता येत. आपन बोटं घालून बेरजा करतो. ह्याच्या इतक्या शिटा, त्याची तितकी मतं. ही पोर कॅलक्युलेटर वापरतात बेरजेला. पाढेच पाठ नाय म्हणता येत साधे. आपला हसन बॅण्डवाला क्लॅरोनेट वाजवतो तशी त्यांची बोटं कॅलक्युलेटरवर फिरतात. कॉम्प्यूटर पण बशीवलेत जागोजाग. पण एका कॉम्प्यूटरला अजून साधं ग म भ न लिवता येत नाही. सगळे ए बी सी डी लिवत्यात.

यशवंतराव : चालायचंच! देवनागरी वर्ड प्रोसेसर तयार व्हायला वेळ लागणारच! अण्णा, यंत्राचा दुस्वास करून प्रगती होत नाही. आपण यंत्र शिकलं पाहिजे; नाय तर यंत्र शिकलेली माणसं पदरी भारी पगार देऊन ठेवली पाहिजेत!

[अण्णा खिशातून चंची काढतात.]

अण्णासाहेब : ह्या चंचीची तुला गंमत सांगतो. परवा असाच पार्लमेंटच्या लाबीत बसलो होतो. हातात ही नवी चंची होती. चांगला रेशमी गोंडा, पद्धतशीर. मी सुपारी कातरीत होतो तशी एक गव्हरमेंटचा पब्लिसिटीवाला, दोन केस कापलेल्या बायांना घेऊन आला. या बाया निस्त्या माझी चंचीच बघीत बसल्या. दुसऱ्या दिवशी तुला सांगतो. दिल्लीच्या फ्लॅटवर ह्या दोन बाया अन् बरोबर रेशमी सुरवार-नेहरू शर्टवाला, मुरकत चालीचा एक फोटू काढणारा बाबा. मला वाटलं, ह्या बाया आल्या-आल्या बिअर, थम्सअप् मागतील... तर त्या

काय म्हनं की- एम्. पी. साहेब, चंची काढा! म्हटलं, आयलाऽ तंबाखू खाणारी काय वाटत नाही. समजा दिला आमचा जर्दा मळून ह्या बायांना नि लागला ठसका, म्हणजी व्हायाची बोंब! तर मला चंची काढाया लावली. मी मळतोय तंबाखू, कापतोय सुपारी तशी त्या फोटूवाल्या बाबानं जे खटाखटा फोटू काढायला सुरवात केली ते थांबंच ना! एकदम भारी-भारीचे कॅमेरे, हे मोठमोठ्ठाले दिवे. म्हटलं-आरं, थांबा. जरा घाम आला की, बाया टॉवेलनं माझे हात पुसायच्या की लगी खटाखटा फोटू सुरू. म्हटलं, काढताय तरी का फोटू? तशी त्या बाया म्हटल्या, फॉर द सेक ऑफ फोकआर्ट अँड हॅन्डीक्राफ्ट ऑफ इंडिया. सारखं त्यांचं फोक-फोक चाललं व्हतं!

यशवंतराव : फोक म्हणजे...

अण्णासाहेब : मला कळंना, फोक म्हणजी काय? मला आपले थोरले अण्णा शाळा चुकीवली की फोकानं मारायचे, त्येच आठवू लागलं. शप्पथ, तुला सांगतो, त्या बाया म्हनं की चंची तयार करण्याची कशी परंपरागत कला आहे वगैरे एका परदेशी प्रदर्शनात मांडायचंय. फेस्टिवल ऑफ इंडिया. एकदम जोरदार....

[फोन वाजतो. सदाशिव फोन घेतो.]

अण्णासाहेब : (सदाशिवला) कोणाचा रे? माणूस बघून बोल! भेटायचं आसंल कुनाला, तर सकाळला या म्हणावं! फोनपाशी थांबा जरा! (यशवंतरावांना) तर काय सांगत होतो मी की, म्हटलं- एवढे काढले फोटू तर दोन-तीन द्या पाठवून. आम्ही आमच्या कारखान्याच्या गेस्टहाऊसमधी लावू झक्कास! जे फोटू काढून निघून गेले, त्यांचा पत्ताच नाही. फोन करकरून दमलो राव; फार बोंब मारल्यावर बरं का, ही फोटोफ्रेम आणून दिली. ही बघ-

[मोठी फोटो फ्रेम, त्यात चंचीचा फोटो, रंगीत, मोठा केलेला, अतिशय कलात्मक पद्धतीने घेतलेला.]

यशवंतराव : (फोटो न्याहाळत) अरे, पण हा तर नुसता चंचीचा फोटो आहे!

अण्णासाहेब : हेच, हेच मी त्येंना सांगितलं फोन करून. म्हटलं, माझ्या चंचीचे काढले फोटो; पण एकात माझं थोबाड दिसंना, निस्ते हात दिसतायत बघ... ही असलाली जाड-जाड बोटं. त्यात आमच्या सासूबाईंनी दिलेली आंगठी बघ. बघ... आयलाऽ त्येंच्या, मोठा अडकित्ता बघ

कसा दिसतोय. सुपारी बघ. कशी रुखवताच्या लाडवाएव्हढी मोठी दिसतीय बघ! ही मोठ्ठाली सुपारी दिसणार प्रदर्शनात; पण आयलाऽ निवडून आलेल्या खासदाराचं थोबाड काही दिसायचं नाही. हे ह्यांचं फोक! तुला गंमत सांगतो बघ... त्या बाया परवा परत आल्या उघडी पोटं दाखवत. काय म्हणं, तर दोन डझन झक्कास चंच्या करून द्या चांगल्या गोंडेदार. हे आस्सं चाललंय बघ.

[फोन वाजतो. सदाशिव फोन घेतो. त्यावर जास्त प्रकाश. अण्णासाहेब, यशवंतराव बाजूला जरा लांब बोलत बसलेत. त्यांच्यावरचा प्रकाश जरा कमी. पलीकडून अजितचा आवाज. तो क्लोजअप्मध्ये दिसतो. नाही तर त्याचा आवाज स्पष्ट ऐकू यावा.]

सदाशिव : हॅलो ऽऽ! बोला अजितदादा.....

अजित : (फोनवर) भाऊंना दे जरा.

सदाशिव : दादा, भाऊ बाहेर गेलेत. बॅडमिंटन खेळायला जाणार म्हणत होते राधाताईबरोबर....

(आणि गप्प.)

हॅलोऽऽ दादा... हॅलो... आयलाऽ डिस्कनेक्ट...

अजित : नाही, मी आहे लाईनवर. फाईल दिली का भाऊंना?

सदाशिव : कसली? हां, हां ... म्हणजे दिली. आणि हो, अण्णा आलेत.

अजित : गाढवा, मग हे आधी नाही का सांगायंच? सांग त्यांना, मी येऊन जाईन म्हणावं.... ठेवतो फोन..

(सदाशिव फोन ठेवतो. विचारमग्न. हातात फाईल. प्रकाश पूर्ववत्)

अण्णासाहेब : आमची राधा काय म्हणतीय यशवंता? आली नाही इकडं?

यशवंतराव : येईल ती. कामं चालू झालीत मेडिकल फाउंडेशनची. त्यात सध्या रमलेली असते.

अण्णासाहेब : ही पोरं जरा मार्गी लागली पाहिजेत येशवंता.....

यशवंतराव : अगदी माझ्या मनातलं बोलले तुम्ही. राधा आली इथं. अजितची तू बदली करून घेतलीस. पुन्हा ही तिन्ही पोरं एकत्र झालीत... आता कसं सांगू अण्णा... ह्या पोरीचं काही समजत नाही बघ. आता आमची ढीग इच्छा आहे, तुझ्या पोरानं माझ्या मुलीशी लग्न करावं. मला चालेल. तुझा पोरगा मला जावई म्हणून पसंत आहे. पण पोरीनं केला घोटाळा आणि गेली अजितबरोबर निघून म्हणजे?

अण्णासाहेब : हे खूळ कधी तिच्या डोसक्यात शिरलं?

यशवंतराव : मी तिला खूप समजावलं. म्हटलं, व्यवहार बघ. सुरेशभाऊच तुला योग्य आहे. त्याचा तुला करीअरमधे उपयोग होईल. जे उद्या खासदाराचा पोरगा करू शकेल, ते कलेक्टर कसा करू शकणार? आख्ख्या जिल्ह्यात तुला हव्या त्या आरोग्ययोजना राबवता येतील. त्याकरता खासदार उपयोगाला येईल. कलेक्टर काय करणार? बरं, आज नाही; पण उद्या सुरेशभाऊ राजकारणात जाणारच! राजकारण रक्तातच असतं.

अण्णासाहेब : आरं, उद्या कशाला- आज, अगदी आत्ता सुरेशभाऊ राजकारणात पडला पाहिजे बघ! त्याची नशा वेगळीच! निवडून आल्यावर कळती मग गंमत! बापाच्या जीवावरचं राजकारण खरं नाय! आधी निवडून ये पद्धतशीर आणि मग बसव वचक तुझा, काय आसंल तो. राजकारण जबाबदारीनं केलं पाहिजे. निदान मी म्हणतो, सुरवातीला कारखान्याची जबाबदारी घे, पॅनेलमधी उभा राहा. लोक आनंदानी निवडून देत्याल. पण सांगणार कोण अन् ऐकणारेय कोण? हे बरं पडतं त्यांना- खासदाराच्या जीवावर जगायचं, कामं करून घ्यायची आणि मतदारांचा धाक चुकवायचा!

यशवंतराव : त्याला एक वेळ आपण तयार करू अण्णा, पण ह्या पोरीचं काय करू? गेली त्या कलेक्टरचा हात धरून म्हणजे?

अण्णासाहेब : तुझी पोरगी धूर्त आहे, धोरणी आहे. ती महत्त्वाकांक्षी आहे. ती सुरेशभाऊशीच लग्न करणार. मी तिला समजावून सांगतो. मात्र तू सुरेशभाऊला धडा दे! तो राजकारणात आला पाहिजे. दिल्लीचा तवा नवा आहे तवर आपला माल भाजला पाहिजे. ह्या नव्या हवेत एकदा का पोरगा दिल्लीत घुसला की, १०-१५ वर्षे बघायला नको. आपण आपले शेती करायला मोकळे.

[सदाशिवला अजित येताना दिसतो.]

सदाशिव : या दादा, आत्ताच आठवण निघाली होती.

[अजित अण्णांना वाकून नमस्कार करतो.]

अजित : भाऊ नाही वाटतं आले अजून खेळून सदा?

सदाशिव : आता येतीलच.....

अजित : फाईल दिलीस ना त्यांना? काय म्हणाले ते?

सदाशिव : हो, म्हणजे दिली... म्हणजी आता अण्णा आलेच आहेत तर त्येंना आधी...

अण्णासाहेब : कसली फाईल म्हणतोयस बेटा?

अजित : नाही अण्णा... पपांनी एका रिसर्च स्कॉलरला पीएच्. डी.च्या थेसिससाठी कारखान्याच्या परिसरात डेटा गोळा करायला परवानगी दिली होती. त्याला कारखान्याच्या रेकॉर्डरूममध्ये जुनी रद्दी चाळताना एक फाईल मिळाली. त्यात वर्तमानपत्राचं एक जुनं कात्रण आहे. खूप जुनं. थोरल्या अण्णांच्या वेळचं. तेव्हा कुणी मारुती कांबळे नावाचा गावात दलित वस्तीत कुणी पुढारी होता का? तो म्हणे, गायब झाला... पपा...

[यशवंतराव, अण्णासाहेब दोघे अस्वस्थ. स्तब्धता.]

यशवंतराव : बोल तू; ऐकतोय मी....

अजित : हे काय प्रकरण होतं? त्याचा म्हणे खून झाला की अपघातात गेला तो! आणि गंमत म्हणजे, आमचे आजोबा त्या वेळी ह्या प्रकरणात थोरल्या अण्णांच्या विरोधात गेले होते? त्यांनी चक्क कलेक्टर कचेरीपुढे- म्हणजे माझ्या ऑफीससमोर उपोषण चालू केलं होतं? कमाल झाली! कोण होता मारुती कांबळे?

[स्तब्धता.]

अण्णासाहेब : हे बघ.. आम्ही जरा मीटिंगला बसलोय महत्त्वाच्या... आपण हे नंतर बघू. ये आता अजित. आमची कामं चाललीत जरा... कधी ये जेवण कराया, मग बोलू निवांत.. काय? आता...

[स्तब्धता. अजित स्तंभित. यशवंतरावांकडे बघतो. तेही गप्प. जाता-जाता सदाशिव म्हणतो-]

सदाशिव : भाऊंना सांगतो येऊन गेल्याचं.....

[अजित निघून जातो. यशवंतराव, अण्णासाहेब अस्वस्थ.]

अण्णासाहेब : काळजी नको येशवंता. ह्याचा आता सोक्षमोक्ष लावला पाहिजे. तू राधेला पद्धतशीर समजाव, मी सुरेशभाऊला सगळं सांगून पाठवतो कलेक्टरकडे. म्हंजी व्हायचं जे ते दोन मित्रांत व्हईल. नाय तरी त्यांचं 'तीन तिघाडा काम बिघाडा' व्हणारच होतं. परस्पर काटा निघंल. ही फाईल तर घावायलाच नको व्हती. रेकॉर्डरूम बघायची परवानगी दिलीस तू. जरा काळजी घ्यावी येशवंता. आता आसं कर, रेकॉर्डरूमला

सीलच लावून टाक. पुन्हा आस्सा घोटाळा नको व्हायला. कोन तो पोरगा आलाय संशोधन कराया, त्याचं नीट बघा. समजावा त्येला, नाय तर द्या हाकलून भडव्याला. त्याचं थोबाड बंद राहील आसं बघा. चलतो आम्ही. फुक्कटचा ताप झालाय तिच्या मायला....

यशवंतराव : परवानगी दिली रेकॉर्डरूम बघायला, ही चुकी झाली आमची...

अण्णासाहेब : चला, कामाला लागा!

(अंधार.)

अंक दुसरा
प्रवेश पाचवा

[स्थळ तेच. सुरेशभाऊ आणि अजित दोघेच स्टेजवर. सुरेशभाऊ अत्यंत अस्वस्थ.]

अजित : राधा आली नाही अजून?

सुरेशभाऊ : अंऽऽऽ हो! नाही, येईल इतक्यात. म्हटलं, बरेच दिवसांत आपण भेटलो नाही. आज तिघांनी निवांत भेटावं, म्हणून जेवण करायला बोलावलं... अज्या, काय म्हणतो मी.....की.....

सुरेशभाऊ : ती फाईल बघितली मी..... अभय ममदापूरकरनी आणून दिलेली.

अजित : अच्छा, म्हणजे मारुती कांबळे प्रकरण!

सुरेशभाऊ : त्ये प्रकरण नाय आज्या.... दॅट्स हिस्टरी! नथिंग बट् ब्लडी ट्रूथ... सगळं खरं आहे. अण्णा म्हणत होते- काय म्हणं, कांबळे नावाचा रिटायर्ड जवान होता सैन्यातला. दलित वस्तीत राहायचा... थोडी जमीन होती... लीडरशिप डेव्हलप करीत होता... कशानं तरी थोरल्या अण्णांच्या वाकड्यात आला... फार वर्षांपूर्वीची गोष्ट... सगळ्यांनी वाचलं... राधेनं पण...

अजित : सो दॅट्स दॅट. आता त्याचं का टेन्शन तुला भाऊ? ह्याखेरीज सत्ता राबवता येत नाही. सो दॅट्स नॉट अन्युज्वल ॲट ऑल! कमॉन भाऊ, व्हाय यू लुक सो हर्ट ॲन्ड गिल्टी? फर्गेट इट्. जस्ट फर्गेट इट्! ही असली प्रकरणं लक्षात घ्यायची नसतात. डेव्हलपमेंट महत्त्वाची; त्यात मात्र कॉम्प्रमाइज नाही.

सुरेशभाऊ : ऐक... माझ्या राजा... तुला वाटतंय तितकं सोपं प्रकरण न्हाई हे! हा मारुती कांबळे अचानक नाहीसा झाला. मेला की मारला, अशी कुजबुज सुरू झाली. थोरल्या अण्णांना प्रकरण जड गेलं. त्यात तुझे आजोबा- पेंडसे मास्तरांनी- थोरल्या अण्णांच्या विरोधात जाऊन

उपोषण केलं! प्रकरण शेवटी सी. आय. डी.कडे गेलं! कांबळेचं मग कुजलेलं प्रेत सापडलं.

अजित : अरे, पण त्याचा काय आता संबंध? एका फायलीमुळं काय घाबरून जायचं? आणि मला हे का सांगतोस सगळं?

सुरेशभाऊ : ऐक माझं! भडव्याऽ जरा दमानं घे! डोकं फुटायची वेळ आली. मारुती कांबळे मेला तवा त्येची दुसरेपणची बायको गर्भारशी म्हणून लांब तिच्या माहेरला पोचवलेली. ती बाळंतपणात ह्या धसक्यानं...

अजित : आता मात्र फार झालं भाऊ! अशा गोष्टीतली गर्भारशी बायको नेहमी मरते, तशी ती बाळंपणात मेली. पुढे?

सुरेशभाऊ : ती गेली मरून, पण तिचं पोरगं वाचलं... ते नाय मेलं!
[स्तब्धता.]

अजित : काय... झालं त्या पोराचं...?

सुरेशभाऊ : ते पोरगं आज... ह्या जिल्ह्याचं कलेक्टर झालंय.... माझ्यासमोर आज बसलंय! तुझा बाप मारुती कांबळे!

अजित : (टेन्स. काही वेळाने) खरं? खरं सांगतोयस?

सुरेशभाऊ : आईच्यान्! तुला सांगायची कामगिरी माझ्यावर आली बघ... कधी तरी सांगायचंच, तर आज योग आला.

अजित : ट्रिमेंडस! व्हॉट अ सिच्युएशन... हाऊ शूड आय रिॲक्ट? मला सांग... माझ्या बापाला मारुती कांबळेला... मारला की तो मेला?
[स्तब्धता.]

सुरेशभाऊ : ठाऊक नाय. त्याबद्दल कुणी काही बोलतच न्हाईत. काही पुरावा नाही मिळाला. केस फाईल झाली. नो इव्हिडन्स ॲट ऑल!

अजित : इव्हिडन्स नसणारच! अशा क्षुल्लक गोष्टीचे कुणी पुरावे थोडेच ठेवतं. भाऊ, तुम्ही कमाल केलीत! आज तुम्ही मला परत पाळण्यात घातलंत. कदाचित तेव्हा माझं गडबडीत बारसं झालं नसेल, म्हणून हा आजचा योग आणलात भाऊ तुम्ही! आता पेंडसेवर फुल्ली. मोठी फुल्ली! आजपासून नाव कांबळे- अजित कांबळे! खरं तर अजित हे नाव कांबळेला मॅचिंग नाही वाटत, नाही? एक बरं झालं, जन्मतःच आई-बाप मेले! त्यांची कसलीही प्रतिमा डोळ्यांसमोर नाही माझ्या. आई-वडलांच्या फोटोची फ्रेम रिकामी. गंमत आहे, नाही? सपोज आय वॉण्ट टू सेलिब्रेट माय फादर्स ऑर मदर्स बर्थ डे... जयंती... तर फोटोच नाही. तुमचं तसं नाही भाऊ. थोरले

अण्णा गेले, तर त्यांची संगमरवरी समाधी... वर पुतळा... समजा, अण्णा गेले तर समाधीच्या कंसाचा वर्ग. शेजारी-शेजारी समाध्या... पुतळे... गुळगुळीत दगड... शेवटी तो दगडच. आणि अशाच दगडांनी ठेचलेला माझा बाप... आय मीन, त्याचं प्रेत सापडलं असं त्या फायलीत कात्रण होतं. दगडा-दगडात किती फरक असतो नाही भाऊ? उपोषण करणारी माणसं नेहमी मोसंब्याच्या रसासाठी हपापली असतात. आमच्या आजोबांनी मात्र उपाशीपोटी माझ्या मेल्या आईसमोरच जिवंत असलेलं माझं चिरगुट उचलून अलगद राधेच्या आईच्या पदरात घालून उपास सोडला असणार. आठवीपर्यंत परांजपे यांचे संस्कार, नंतर पब्लिक स्कूलचं होस्टेल. डोळ्यांसमोर आईची प्रतिमा मग राधेच्या आईचीच तयार झाली. त्याला त्यांचा आणि माझा नाइलाज आहे.

सुरेशभाऊ : अज्या... हे बघ, माझं ऐक....

अजित : शट् अप् भडव्याऽऽ आज माझं ऐक! तुला दुसरा निरोप सांगायला अजून धीर नाही झाला?

[स्तब्धता. मागे राधा अजिबात दिसणार नाही अशी अंधुक प्रकाशात येऊन उभी राहते.]

तू दोन निरोप घेऊन आलायस. तुझ्या प्रत्येक डोळ्यात एकेक निरोप लिहिलेला मला स्पष्ट दिसतोय. काँग्रॅट्स. तुझं आणि राधेचं लग्न ठरल्याबद्दल अभिनंदन! हा दुसरा निरोप तुझ्या डोळ्यांऐवजी राधेच्या दोन डोळ्यांत दिसला असता, तर माझ्या कांबळेपणाच्या वेदनेला निदान तात्पुरता तरी बधिरपणा आला असता. माझा बेवारशीपणा या नवीन जातिवाचक कवच-कुंडलांनी झाकल्याबद्दल मी परांजपे आणि धोंडे-पाटील कुटुंबांचा शतशः आभारी आहे. एक करता आलं तर बघ... अण्णांना सांग... माझी बदली करा म्हणावं... शक्यतो अंदमान वगैरे... चालेल.

सुरेशभाऊ : तिसरा निरोप राहिलाय अजून.

अजित : बोला भाऊ! आता काहीही सहन करायची आपली तयारी आहे.

सुरेशभाऊ : मी राजकारणात उतरायचं ठरविलंय. कुंपणावरून शेत राखणं आता बास झालं. अण्णा इन्सिस्टेड, सो आय कन्सेन्टेड. दुसरा आता पर्याय नाही. कारण ज्या प्रकारचं राजकारण मी करू बघत होतो, त्या विद्यापीठाचे कुलगुरू दिल्लीत खासगी विमानाच्या अपघातात गेले.

नाय तर माझ्या ह्या पद्धतीच्या राजकारणाला... काय म्हणतात ते, नैतिक अधिष्ठान प्राप्त झालं असतं. मी... आत जरा जेवणाचं बघून येतो. आज तुम्ही मोठे पाहुणे आलेत, सगळी व्यवस्था कशी चोख हवी.

[जातो. अजित एकटाच. समोर फोन दिसतो. पट्कन फिरवायला लागतो. इतका वेळ अस्पष्ट प्रकाशात असलेली राधा पुढे येत म्हणते-]

राधा : फोन नको फिरवूस. मी आहे इथं. धीर नव्हता होत तुझ्यासमोर यायला....

अजित : नमस्कार! मी कलेक्टर कांबळे... काय म्हणतात अशा प्रसंगी... काँग्रॅट्स.. नाही का! लग्न ठरल्याबद्दल.. म्हणजे मला कळून चुकलंच होतं... मला बॅडमिंटनला कटवल्यावर! आता एक करा, मोठं कुंकू आणि डोक्यावरून पदर घ्यायची सवय करा! धोंडे-पाटील होणार ना तुम्ही!

राधा : माझ्या या निर्णयाचा आणि...

अजित : आणि माझ्या नव्या जातीचा काहीही संबंध नाही, हे कळलं मला. त्याबद्दल आभारी आहे. आणि आंतरजातीय विवाहाला तयार झाल्याबद्दल ह्या भागाचा एक कलेक्टर ह्या नात्यानं मनःपूर्वक अभिनंदन!

राधा : लग्नाला यायचं. चल आत... जेवून घेऊ...

अजित : प्लीज... लीव्ह मी अलोन फॉर सम टाइम. तू जा, मी येतोच आहे.

[ती जाते. अजित एकटा. सुन्न. योग्य संगीत आणि प्रकाश. अजित स्वगत म्हणतो.]

अजित : भीती... भीती वाटते मला... मला भीती वाटते... आणि भीती वाटली की, जी आई समोर येते, ती आई आजपासून माझी नाही. माझी भीती नुसती रक्तातून वाहणार. भारतभर एक जीवघेणी भीती सगळ्यांच्या रक्तातून वाहतीय. आजपासून मी कांबळे... यस्! नो पेंडसे. आता पेंडसेवर फुल्ली! मोठी फुल्ली! उद्या मॅजिस्ट्रेट इंगळेंना बोलवणार आणि जात बदलल्याचं ॲफिडेव्हिट फाईल करणार. साल्याचं काम आहेच माझ्याकडे. फॅन्टॅस्टिक! आजपासून आपण रिझर्व्ह कॅटॅगरीत. आयलाऽ सिनिऑरिटी बदलली ना माझी आता. आधी मी सेक्रेटरी होणार आणि घोडा लावणार सगळ्यांना! तरी...

भीती वाटतेच... रक्तातील भीती अखेर रस्त्यावर सांडते. भारताची रक्तरंजित भीती आज रस्त्यावर सांडतीय.... आणि भीती वाटली की, शेवटी आईचीच आठवण. माझी आई गेली मरून, पण फोटो जवळ मात्र राधेच्याच आईचा! तिच्या आईचा वाढदिवस तोच माझ्या आईचा आणि तिच्या आईचं श्राद्ध तेच माझ्या आईचं. पण तिची आई वेगळी, माझी आई वेगळी. दोघींचा फोटो मात्र एक. कशी ठासलीय सटवाईनं मस्त! वा! एक बरं असतं, आईची मात्र कधीही भीती नाही वाटत... तिचा केसांतून फिरलेला हात आठवतो... कॅन्सरची तडफड आठवते... लुगड्याचा वास आठवतो... गाणं आठवतं... बाजाची पेटी आठवते... आता तेच सूर पुन्हा नव्यानं आठवायचे आणि भीतीनं गोठलेल्या रक्तात अल्लद सोडून द्यायचे. म्हणजे रक्त गोठत नाही, ते तापतं. कानशिलं गरम होतात आणि दुसऱ्या सामन्याची तयारी करता येते...

[सदाशिव येऊन हलकेच विचारतो]

सदाशिव : दादा, आत सगळे वाट बघतायत.

[अजित विलक्षण दचकतो.]

अजित : कोण आहे? काय पाहिजे?

[अजित सदाचा हात पकडतो. सदा घाबरतो.]

सदाशिव : दादा, आसं काय करताय... सोडा मला... आसं नका बघू. दादा, मला भीती वाटतीय तुमची.

[अजित त्याचा हात सोडतो. शोधतो. भाऊंच्या टेबलावर एक कोरं पोस्टकार्ड सापडतं. ते सदाशिवला देत]

अजित : हे पोस्टकार्ड घे आणि खासदार अण्णासाहेबांना नेऊन दे. त्यांना म्हणावं, कधी कळलं तर ह्यावर लिहून कळवा की– मारुती कांबळेला मारला की तो मेला? त्यांना आसं सांगा की– तुमच्या हयातीत जर उत्तर मिळालं नाही, तर मरताना हे कार्ड सुरेशभाऊंच्या हाती द्या आणि मगच प्राण सोडा.

[अजित बाहेर निघून जातो. मालतीबाईंचे गाणे किंवा पेटी यापूर्वीच सुरू झालीय. ते सूर मात्र भैरवीचे]

पडदा

* 9 7 8 8 1 9 5 6 0 9 3 1 4 *

FCW - #0263 - 061026 - C0 - 216/140/4 - PB - 9788195609314 - Matt Lamination